THI TUYỂN NGUYÊN XUÂN

Cho anh một phút ngất ngây
rồi anh sẽ biết đường bay của tình

@

hxs.18juin23

4 * 2024

lục bát
nguyên xuân

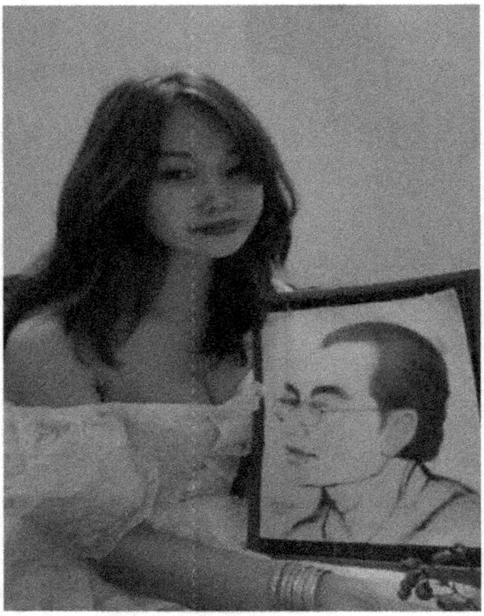

NXB VĂN HỌC MỚI 2024

VŨ HOÀNG THƯ
Nguyên thu ngấn tích trang hoàng...
Nhân đọc "Lục Bát Nguyên Xuân" - Hoàng Xuân Sơn & Nguyên Thu

Cuối tháng ba có những cơn sấm hiếm hoi rền rĩ bầu trời, Cali năm nay ướt át nhiều hơn thường lệ. Khí trời xung lạnh mưng ụ gai ốc làn da, mang mang từng tầng ký ức trở về. Đêm trở gió vang lời hỏi han vô cớ, giờ này có ai đi ngoài mưa bão như Dũng của Đoạn Tuyệt cho tóc lộng gió bốn phương không nhỉ? Hay người chỉ muốn vùi ngủ một giấc xuân êm đềm để Mạnh Hạo Nhiên đánh thức ở buổi mai tra vấn, Dạ lai phong vũ thanh / Hoa lạc tri đa thiểu? (Xuân Hiểu). Đêm qua gió và mưa, hoa rụng nhiều hay ít?

Cuối tháng ba, giao mùa khơi nguyên xuân mới nơi chốn tạm cư bắc bán cầu này. Mùa len mới, một sự bắt đầu. Đêm qua hoa dẫu có rụng ít nhiều, xuân vẫn sẽ mời khơi ong bướm, vạn vật xòe bung cánh gọi. Gọi gì? Gọi tình ấp úng hay gọi tình buổi ban sơ trong thế giới tôi và em, Chỉ một chút đã rình rang yêu (San Phi, Tình Như Vạt Nắng)?

Tình cờ hay hữu ý, Hoàng thi sĩ và San cô nương gửi cho tôi xem bản thảo "Lục Bát Nguyên Xuân" vào đúng tiết Lập Xuân. Nhớ lối trước Bùi thi sĩ có tiên đoán trong Mưa Nguồn, “Thưa rằng: ly biệt mai sau / Là trùng ngộ giữa hương màu Nguyên Xuân.”

Nguyên là nguyên sơ, nguyên thủy, nguyên lai hay vốn dĩ? Hay lục bát nguyên xuân ấy vốn dĩ dàn trang trực nhập vào mộng mị của chiêm bao? Mộng trung hữu mộng?

“Lục Bát Nguyên Xuân” tập hợp những vần lục bát diễm lệ, ngợi ca tình tự lứa đôi đẹp nhất, thăng hoa phấn chấn trong bút mộng yêu đương. Không biết liên hệ giữa hai tác giả là gì, họ có cùng nhìn nhau về một hướng, có hẹn hò đêm khuya thanh vắng hay không, nhưng ngẫu nhiên lời thơ vấn đáp qua lại nghe như từ một đôi uyên ương gắn bó khít khao. Dĩ nhiên họ ở cách xa nhau một đại dương lớn [hay bằng một con sông, quân tại tương giang đầu / ngã tại tương giang vĩ ?], họ chưa hề gặp nhau, vậy mà ý, tứ, thơ không hẹn lại quyện lấy nhau, tung hứng uyển chuyển, nhiệt hứng liên hoan. Có thể đây là một mối duyên thi ca diễm tuyệt lạ kỳ, hiếm hoi chăng?

Anh viết sao thức gìn đêm
Qua khe lá
Em lục tìm trăng hoa
Chia anh chiếc bàn tay xa
Vũ trụ vỡ ối giao thoa nồng nàn
(Hái Đóa Trăng – San Phi)

Sao lại gọi “gìn” đêm? Gìn là không sai chạy, không để mất. Có thể nói “giữ” đêm chăng? Được chứ, nhưng chữ gìn đắc địa hơn, thơ mộng hơn, tiết nhịp êm ái lưu ly hơn, đồng thời níu kéo ba đào để thanh tân dồn dập, ôm ấp lòng đêm nhìn vầng trăng mới về như ông

Trịnh. Anh viết sao thức gìn đêm. "Sao" ở đây là sao trời thắp giữ lấy lòng đêm hay là câu hỏi "tại sao" em thức suốt trường canh ôm níu đêm khuya? Chỉ một câu thơ mà San cô nương mở phơi trùng lập chon von để lại trong lòng người đọc bao chất vấn bất tận, dư vang bao "vỡ ối giao thoa" !

Không trách, từ nửa địa cầu xa, Hoàng gióng lời âm vọng dắt dìu tồn sinh lảo đảo,

Giọt xa trong mỗi sương gần
thì xin uống lấy tuý ân của tình
(Thơ Dại Tìm Về – Hoàng Xuân Sơn)

Ở một bài khác, Hoàng Xuân Sơn ví mình như con bọ cánh cam, loài bọ vốn hay trú ẩn kín đáo mặt dưới lá cây trong giấc đông miên, và trở dậy khi xuân về. Xuân phơi phới tình nhưng hồn còn đượm nét khắc kỷ của bọ cánh vàng, Hoàng bắt gặp mình trong dằn vặt cấu xé tỷ như thân ví xẻ làm đôi, một bên là chốn già lam phi phàm và bên kia "nhìn một chớp mắt đã vin" chuyện tình.

Ta rồi cứ rượt bắt nhau
Em thoắt biến
Hiện
Tôi màu cánh cam
Nằm trong quả. vỏ
Phi phàm
Làm sao nghe được già lam
chuyện tình
(Trường Kỳ Bất Biến – Hoàng Xuân Sơn)

Vậy thì làm sao, làm sao trong bất khả, làm sao trong vô bất khả, San Phi một mình dấn bước khúc mê,

Ừ, còn ta và chỉ ta!
Níu- Buông- Mê- Tỉnh, thức
Là cơn mơ
(Lạc Hồn – San Phi)

Bài thơ Vết Dấu Bội Hành là quẻ gieo từ "Một đồng xu gửi mênh mông" của Hoàng Xuân Sơn về một nàng Thơ xa vắng, một người em gái linh hoạt dị thường bát ngát trong dồn dập nhớ nhung. Có lẽ Hoàng muốn vin vào tử vi để tìm cho mình một giải đáp thích ứng.

Văn xương khúc
Đóm tù mù
Tử vi đối tía thừa dư cọc tình
(Vết Dấu Bội Hành – Hoàng Xuân Sơn)

Văn xương, khúc xương ở cung mệnh là người có vẻ mặt thanh tú, đàn bà có nhan sắc, thông minh. Văn Xương cũng là người đa sầu, đa cảm, đa tình. Chẳng biết "Ba ngôi sao đính dọc hàng" trong bài thơ của Hoàng có phải là Thiên Tướng, Lộc Tồn, Thiên Mã hay không? Được như vậy, ba sao cùng hội chiếu với Tử Vi thì người này sẽ có một đời phú quý song toàn. Cứ hy vọng, bởi dầu gì Hoàng cũng sẽ thừa dư cọc tình, và San Phi thì hứa hẹn,

Ờ…
Thì xa tựa trời mây
Hãy tin
Nhật nguyệt vẫn say giấc tìm
Ta và nhau một chút tin
Chỉ một chút đã rình rang yêu.
Yêu như hạt nắng đã chiều!
(Tình Như Vạt Nắng – San Phi)

Chữ "nhau" trong câu thơ "Ta và nhau một chút tin" là một cách dùng chữ mới lạ, cô San Phi biến tỉnh từ "nhau" thành danh từ, cô luôn đem người đọc từ ngạc nhiên này đến ngạc nhiên khác.

Nếu ngẫu nhiên xếp đặt một bài thơ của Hoàng Xuân Sơn đứng kề một bài thơ của San Phi rồi ngân nga đọc, độc giả ắt phải lý thú phát hiện những đối thoại [hay độc thoại] kết tinh từ hai cung bậc mênh mang nguồn mạch tân thanh. Ví dụ hai đoạn của "Trường Kỳ Bất Biến" và "Lạc Hồn",

Trong khuya có sớm
Thôi
Thì
Nhìn nhau một phút định kỳ
Thiên thu.
(Trường Kỳ Bất Biến – Hoàng Xuân Sơn)

"Trong khuya có sớm thôi thì / Nhìn nhau một phút định kỳ thiên thu". Thi sĩ nói như ngôn tình nhưng nghe ra không chỉ quẩn quanh đôi lứa mà chất chứa một tư lự xuyên suốt tinh thể cuộc đời, của kết tụ vô thường, của hai mặt sấp ngửa thiết cốt trần gian. Trong hiện hữu đã mang mầm hủy diệt, trong ngắn ngủi đã hàm chứa vĩnh khúc thiên thu. Từ bao giờ thi sĩ thành kẻ tiên tri gửi gió tiếng nói phiêu bồng?

Ta như nghe thấu cô đơn
Ta rưng rưng sợ hoàng hôn tan ngày
Ta khóc khi chiếc lá bay
Ta đau khi đóa trăng gầy ruột
Quên
(Lạc Hồn – San Phi)

Một ví dụ khác từ "Đá Tảng Vô Bờ" của Hoàng áp với "Trầm Luân" của San cô nương,

Tôi chào người giữa xuân phai
Một thiêm thiếp nhớ giêng hai ngùi ngùi
Mơ sống lại một lần vui
Đá muôn thu dậy tảng đời thiết thao
(Đá Tảng Vô Bờ - Hoàng Xuân Sơn)

Đừng. [anh]
Anh đừng bước. san
Phía trước vực thẳm sau nàng.
Cõi mê
(Trầm Luân – San Phi)

Và không hẹn mà cả hai cùng nói về núi. Núi là Sơn, là San?

Tôi đi tìm mệnh số nhau
Đào hoa núi cấm vấp vào cung thu
(Vết Dấu Bội Hành – Hoàng Xuân Sơn)

Cánh hồn nhiên lạc mắt ai
Để cho núi. cũng biết ngồi ngẩn ngơ
(Tình Như Vạt Nắng – San Phi)

oOo

Hoàng Xuân Sơn, thi sĩ đệ nhất lục bát hải ngoại, một trong những người tiên phong khởi xướng trường phái lục bát ngắt dòng. Lục bát của Hoàng ý, lời, sắc nét hàn lâm sang cả, chữ nghĩa thần kỳ đắc địa. Ông đã tạo cho mình một khí hậu 6/8 riêng biệt, đọc thơ Hoàng không cần tìm tên tác giả ta cũng thấy hơi hướm Hoàng

Xuân Sơn. Đó là một tuyệt tài với nội công hàm dưỡng thâm hậu, một thiên tiên cốt cách đáng nể trên thi đàn Việt hải ngoại. Thơ Hoàng Xuân Sơn góp mặt bát ngát khắp mọi nơi hải ngoại từ báo giấy cho đến báo văn học liên mạng, và nhất là mạng xã hội Facebook. Sức sáng tác của ông thật sung mãn và bền bỉ, có thể nói thơ phới lên theo từng hơi thở của nhà thơ.

Về nhà thơ San Phi, tôi chỉ mới làm quen với thơ của cô từ mạng xã hội FaceBook khoảng chưa được một năm nay nhưng đã kinh ngạc về tố chất thiên hương của một anh tài phát tiết. Thơ San Phi gần đây đã góp mặt trên báo chí khắp mọi nơi, trong nước cũng như hải ngoại. Tuy còn rất trẻ, bút lực San Phi già dặn và chững chạc như một cao thủ thượng thừa. Những bài thơ lục bát của cô trong tập thơ này tự chúng đã biểu hiện cho chúng ta thấy một tài năng trẻ hiếm có của thi ca Việt Nam.

Tháng ba oanh yến hót chào trên cỏ non xanh tận. Xuân du phương thảo địa như Uông Thù mời gọi, tôi thong dong bước vào một cõi thơ thật riêng biệt, tinh hoa quy tụ bồng phiêu khác thường của "Lục Bát Nguyên Xuân". Ở đó tôi bắt gặp nét lung linh của hơi thở ẩn mờ sương thu tĩnh dạ, đê mê của thi ca và tình ái, như một tiếng ngân cao nhã nối liền hai mùa đẹp nhất của năm: thu và xuân. Nguyên thu ngấn tích trang hoàng, đã trường sở trụ bạt ngàn núi xuân, có phải? Xin trân trọng giới thiệu cùng chư độc giả hải-nội ngoại "Lục Bát Nguyên Xuân" mà tôi vừa được hân hạnh đọc bản thảo.

VŨ HOÀNG THƯ
Lập Xuân 2024

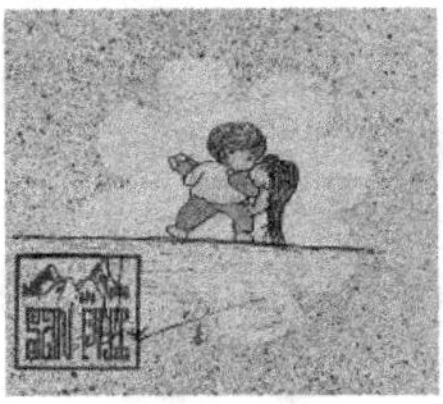

TRĂNG RƠI

Phiến đá cao
Phong đối sao
Chân sương ngắn
Chân trời cao. vẫn là

Vọng phùng hoa
Bóng kiêu sa
Ánh chiều huyền diệu
ráng hoà phù hư

Viết trang thư
Nguyệt lạc. mù
Đá trăm năm hỡi tâm tư có còn
Tương tri tìm ánh trăng non
Hay tương Xuân, Hạ,
Thu còn nhớ chăng?

Ta lỡ rồi đoạn khúc trần
Thì xin chép lại phút thăng hoa đời
Rồi bất chợt đóa trăng rơi
Người quên tôi
Cũng đành thôi
Đã từng…

San Phi 6.6.24.

TRẦN AI

Tôi yêu em đẩy lên trang
Xụi lơ trong những thếp hàng lạnh tanh
Chữ đâu hai chữ không đành
Những chàng trai trẻ những thanh âm rền
Ghi vào đâu quyển pháp duyên
Mỗi mùa mưa lụt phố quên đường về
Tôi yêu em khúc già nua
Khúc ám thị của gió lùa khe song
Rất như que củi đoanh tròng
Hơ háp lửa khói thu đông dật dờ
Tôi yêu em tôi làm thơ
Những con chữ rạc ghép tờ khai sinh
Rồi đi hoang. lối. của mình
Không giống ai. chỉ linh tinh. vụn vằn
Cuộc chơi nào chẳng mún manh
Trạc ngực tôi đi giữa lằn khoan thai
À. em có chiếc áo dài
Cho tôi mượn để trần ai một lần

)(
h o à n g x u â n s ơ n
March 18, 2024 @ 8:03 PM

TÌM

Tôi lục tìm từ trong anh
Một nhành hoa dại mộc xanh khúc đời
Ngày ta rạch nối cuộc người
Thênh thang khoảng lặng lạc rời khói sương

Phải không nắng sợi mưa buồn
Thời gian trôi...
Tôi vẫn mong níu tình
Tìm gì. một khúc lặng thinh
Cố chấp tôi bắt bóng mình giăng mơ

Lặng thinh qua một khúc chờ
...
San Phi. 2.6.24.

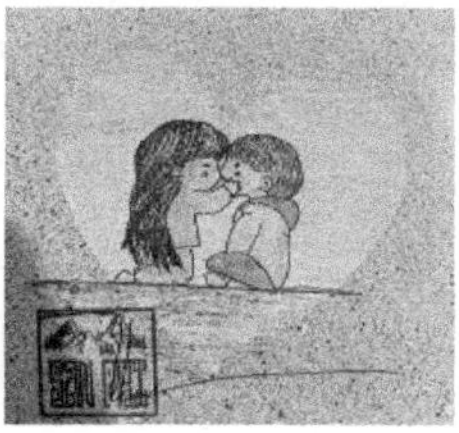

THÌ XIN

mở ra thiên địa uyên nguyên
trời đất chỉ có một phiên này cùng
cõi rất riêng mình vào chung
vầng trăng đêm ngọc mướt vùng hân hoan
sâm thương sao vẫn dọc hàng
vào hiên thư các mộng tràn hương xuân
thưa em da thịt hồng quần
nghìn thu cỏ biếc xin tuân phục người

)(
h oà n g x u â n s ơ n
@1030am.5feb24

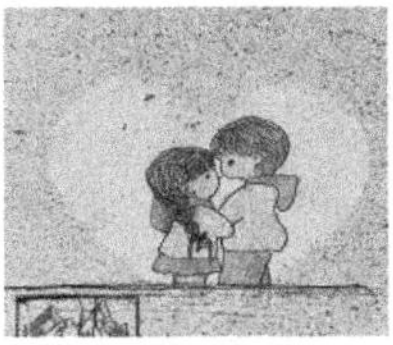

VẾT BẦM NGÔN NGỮ

Khuất trong mây
Nước mắt trời
Ủ ngầm tích tụ
Vỡ
Bời rời
Xa
Trời nối đất giọt mưa sa
Hỏi trời có nối được ta với chàng
Câu thơ ai viết quay ngang
Thương cho con chữ chấm (!)
Thật buồn
Dấu chấm lửng trăn trở buông
Làm sao thấu được chữ buồn trong tim
Hình như trời cũng lặng im
Khi ta níu lấy bóng tìm mênh mông
Khi ta khóc đến cạn lòng
Vết bầm ngôn ngữ phanh trong cuộc người

San Phi. 4.6.24

KHAI VỊ

Những cây xúc xích ngàn khơi
Những dòng lưu thủy ngợp ngời man phương
Cây cọ đứng ở bên đường
Khi không mà nhớ cau buồng trổ bông
Mấy chòm tóc rụng hết lông
Phơ phất chút bạc sương hồng buổi mai
Thưa. tôi bắt đầu lạc loài
Bên trong cửa nắng phía ngoài nhà mưa
Rừng thiệt đậm bỗng lưa thưa
Áo xanh lục diệp nâu vừa lữ y
Ừ thôi mình đi. rồi đi
Tới khi lạnh hết đương thì tuổi xuân
Em cho tôi mượn chút nhuần
Để tôi lập lại tà huân núi đồi
Một chút tình mới thôi nôi
Rất nghe thuần thục tô bồi món nhau
Bữa ăn lung linh sắc màu
Là khai vị của ngàn sau cuống cuồng

)(
h o à n g x u â n s ơ n
25 feb 2024

MƠ

Đêm
Quên tưới nước cho sao
Rụng rồi một cánh chênh chao
Ngân hà
Một đóa sáng đã rời ta
Núp trong bóng nước
Chìm
Xa đáy hồ

Có người nhìn thấy trong mơ
Nhỏ giọt sáng hóa
Dây tơ buộc mình
Hẹn yêu trong đêm lung linh
Giật mình thầm cảm ơn tình,
Dù mơ.
…
San Phi. 10.5.24

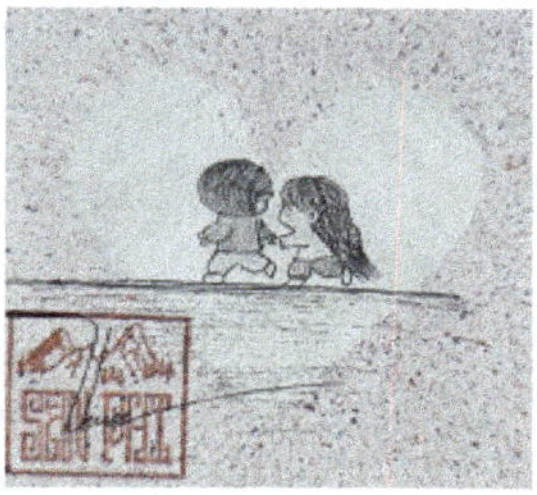

T H U Ỳ

Thuần nữ là dấu mây bay
Là tà trăng ướt chân mày thục mi
Đừng làm. [em]   đừng làm gì
Ngồi yên trang điểm cho thi vị đời
Ta lỡ rồi một cuộc chơi
Từng con dốc xuống tả tơi phận hèn
Sợi tóc nào đã thôi đen
Thì xin cùng bạc với chen chúc này

)(

h o à n g x u â n s ơ n
10:37 PM, 4 Février 2024.

NGẬM NGÙI

Cây thương ủ ấm nhựa tình
Trong thao thiết nhớ bóng hình chồi non
Và đất khô lẩn dấu son
Lẩn duyên khởi
Đã vuông tròn tử sinh

Trong mơ giọt nắng tượng hình
Phù dung một đóa gọi tình trong xanh
Trong giấc mơ tôi và anh
Sao lời thương
Cũng để dành kiếp mai

Còn lại đây những chuỗi ngày
Nhớ và nhớ, góc chân mây chưa mờ
Tôi đi tìm chở những mơ
Nhựa sâu từ mạch tôi thơ dại lẩn

San phi. 14.5.24

LƯỚI. KHÚC MẮC

[nghĩ về cuộc tình
cái chết
và những lìa xa]

Chưa nợ. nhưng đã hết duyên
Những xa xứ mỏi những miền hoang cư
Thạch. mộc nung nấu lò cừ
Thì tro cũng bụi tàn dư cuộc tình
Không ai màng đếm phiêu sinh
Lũ bọt nước. đau tạng hình. rêu rong
Thiếu một chữ. khuyết, tân tòng
Là xưa ghê lắm cuồng phong giục về
Ì âm dội sóng man khê
Ngọn thủy đao cắt. gọt bể chung thân
Đừng mơ ước. đừng. khó gần
Vì cách ly là truyền nhân sống đời
Viết. rồi tứ cũng mòn hơi
Tha nhau định chế nhét nhồi tâm tư
Hãy đường bay thảnh thơi, từ
Cuộn gai dây thép chuyên tu buộc ràng
Bước tới. nữa, mùa lang thang
Ngọn đàn núi vỡ treo hang hốc tình
Ra về. lửa đốt u minh
Hình nhi hạ. chết thình lình. sống tươi
)(
h o à n g x u â n s ơ n
28 March 24

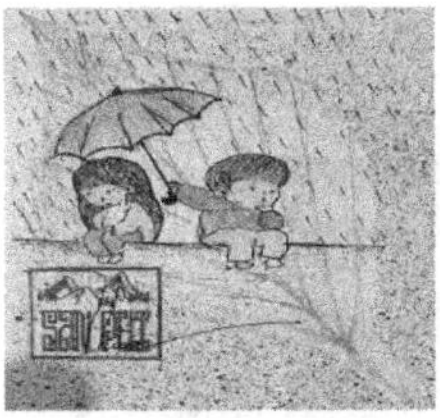

KHÓC CÙNG

Chia anh một nửa nỗi buồn
Còn ta một nửa vừa buông lại đầy

Hãy khóc cùng ta đêm nay
Ngày mai nắng rụng còn ai khóc cùng
Qua đêm nay sẽ chẳng còn
Giọt khuya đựng đóa trăng non đã từng

Ta xếp thơ lại đóng khung
Nếu mai bắt gặp người đừng mở xem
...
Một khúc đời: học cách quên

San Phi. 30.4.24

N H Ắ M

hãy nhắm mắt lại nhìn ra
bóng tối là sáng la ngà lung linh
tôi thấy em nơi tượng hình
mầu trăng diên vỹ câu kinh vào đời
áo vàng nắng của tinh khôi
suối bồng em chải ngọn đồi em qua
nhìn nhau mắt trẻ mắt già
nheo nhắm một chút sa đà mênh mông
nhắm mắt lại thấy gì không
thấy mắt và những dòng sông ảo huyền

)(
h o à n g x u â n s ơ n
12 janvier, 24

NGUYÊN MÀU

Giữ màu nguyên
Trắng như bông
Vóc đời lưu dấu mênh mông tích huyền
Bức tranh rời
Nhẹ bình yên
Đại dương mây trắng nối liền núi xanh

Ngỡ bước ra từ trong tranh
Ngỡ trăng cổ tích cõi trần gian
Đây
Tay như sờ nắm được mây
Chuyển giao của tiếc giữa
Ngày và đêm
Uống trên không
Ngợp cốc trần
Chân không lỡ trước từ ngân bóng tà
Đấu chiều ta
Kéo rèm hoa
Khuyết lòng gìn chặt câu ca tìm về

Ngày sau trời có ngủ mê
Động huyền giọt
Cửa rừng khe
Vẫn là…
Vẫn còn yêu
Vẫn còn xa!
Giọt tình kia đã ghìm ta cõi này
Dù bóng nắng chiều dần phai

San Phi. 6.5.24

GIỌT BUỒN NÀO

Giọt buồn là giọt đung đưa
Nhiều khi nắng sớm
Lại nhòa mắt thâm
Đêm không ngủ rất ân cần

Trao nhau
Một chút huyền ân
Của đời
Cơn ho nào đắm đuối tôi
Nghe trong sức thở
Có lời khảo âm
Ngươi là ai là ai   [lạc]

Thần
Mà câu thơ vang lời ngân rừng chiều
Chiếc lá
[Ồ]. ngực lá
Liêu xiêu
Trái tim chế tác ngọn thiều dây rung
Mạch tôi trao hết
Vô ngần
Thì động, tĩnh cũng một lần
Yêu
Thương.

@hxs.5dec2023

SỢI KHUYA

long lanh sợi gió luồn tay
Nhớ ai có lọn tóc cài vào sâu
Ngón luồn se sẻ vào nhau
Đêm khuya nắng ủ giọt nào chờ sương

Sợi khuya mong manh vấn vương
Luồn vào hang hốc tình vườn cổ thi
Bút chưa ráo mực hồi quy
Đã mang mang khối tình si rực quỳnh

Từ anh níu một chút tin
Đá trăm năm nhuộm bình minh vợt hờ
Sợi khuya mang yêu thương mơ
Mà gần như
Đã dây tơ buộc mình

San Phi 18.2.24

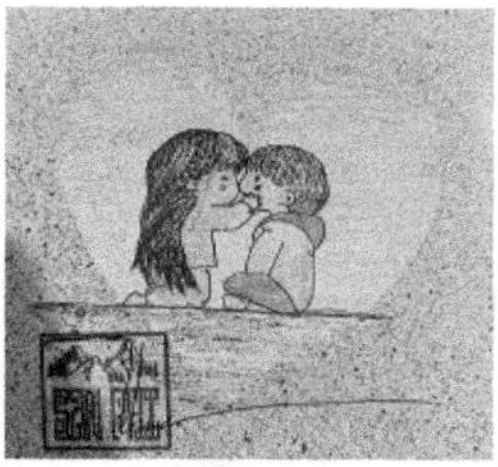

THƠ DẠI TÌM VỀ

Giọt xa trong mỗi sương gần
thì xin uống lấy tuý ân của tình
Tràn ngập nhau
mưa
phiêu linh
Mây gom tụ hội bóng hình thân thương
Đừng. [không]
đừng bước sang   đường
Bên kia bóng tối
là tường rêu thâm
Đừng ngủ
khi mùa thu âm
Ngọn rét của gió
              tiếng thầm của mưa
Nghe đi
phiên khúc dại khờ
Hát em. điệp lại
bài thơ dại về
)(
h o à n g x u â n s ơ n
20 janvier, 2024

NÓI VỚI ANH

Hôm qua hương gởi gió trăng
Hôm nay trăng rụng nửa vầng chia đôi

Trách trời làm mưa rụng rơi
Mưa rơi mấy giọt ta buồn mấy trăng

Hôm qua có lọn nắng vàng
Len già sợi tóc ngắn chân bóng mờ
Hỏi còn níu lại ban sơ
Chiều thương lối vắng câu thơ
Vẫn là…

Hôm qua đêm bỗng nở hoa
Nụ Quỳnh trúc nhụy ngọc ngà nguyên trinh
Thiêng rất thiêng
Tình rất tình
Thanh thanh cung bán nguyệt tìm hẹn khuya

Hôm qua mộng cũ lại về
Tay không hứng nắng mà nghe sóng trào
Anh từ làn khói đó sao
Đưa tay nắm
Anh tan vào hư không.

San phi. 14.5.24

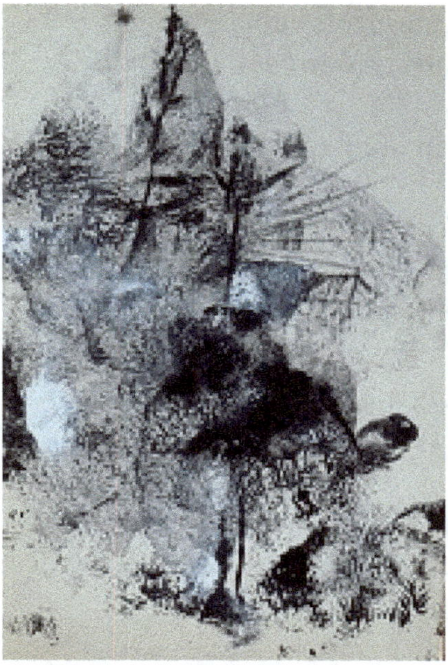

Tranh phụ bản I Hoàng Xuân Sơn

YÊU & TIN

Khi sương ve vuốt bình minh
Là hoa trăn trở gọi tình khóc đêm
Hãy nhắm mắt lại nhìn xem
Thiên di mờ nhạt dần quên lối mòn

Ơ! kìa nhú một chồi non
Cuộn tròn trong lá
Nụ bồng đào
Ơi !
Trong qua từ làn nắng soi
Phải tình xưa cũ tìm nơi trở về?

Đêm phủ sương giăng giăng mê
Trên trời trăng sáng dưới khe gió khều
Cỏ, Hoa, Lá, lả lướt trêu
Nụ mầm những tưởng
Sương
Yêu riêng mình

Là duy nhất - yêu & tin!
…
San phi. 12.5.24

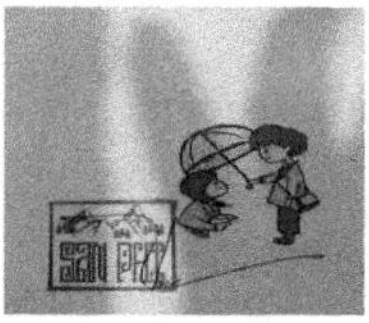

SAO KÍN

Em ngậm tôi một ngón say
Lô sơn yên tỏa khói mây rờn rờn
Ta nghe nhau từng bãi cồn
Đốt xương lóng thịt màu son sắt tình

Ô kìa rạng rỡ phiêu linh
Thức giấc như nguyện cung đình thiết thao
Vườn uyển mở cửa xin vào
Suối khe thác tháp bờ cao cỏ mềm

Gìn vàng một cõi nguyên hương
Sao khuê trong mộc xuống hàng sao hôm
Màu tư của khải nguyên rằm
Là thu an dấu vết trăm năm đầy

Bến tuyền trăng thở rất ngây
Chín sương nụ ẩm tới ngày chu lưu
Tôi nuốt em cả hạnh đào
Rừng cây mật ước dâng sao kín hồn

)(
h o à n g x u â n s ơ n
20 janvier 24

YÊU MUỘN

Khóa khung trăng
Phủ kín
Lần
Vòng tay siết chặt
Tình
Trăng trối tình
Rụng rồi sao đứng lặng nhìn
Bóng tối ánh sáng
Vẫn tình nguyện yêu
Bên ửng sáng
Bên nắng chiều
Tìm trong mưa
Nắng vọng vang điệu cười
Dù tình ta chia hai nơi
Từ tâm thức nhớ một đời vẫn trong
Một bím tóc một dấu son
Một khăn chéo lại
Một dòng thời gian
Dù tình yêu xa muộn màng
Dấu đêm như sáng
Thênh thang lượng tình

Yêu nhau từng mùa lênh đênh!

San Phi. 8.6.24

TÌNH YÊU

Hiến nhau tặng dữ hài đồng
Cho cơn mòn mỏi nối dòng tông chi
Không phải
ta yêu nàng
[vì]
Khát khao cái giống
thúy vi diễm tình
[Không xưa]đâu, xác thân. Rình
Rập thao tác nợ quỳ quỳnh
rực
mê
Thưa em than lửa đã kề
Thân trần nhục bỏng dinh tê xứ miền
Ta yêu nàng mút thuyền quyên
Ôm nhau lãnh hải
dốc. triền nhiệt
khoanh

)(
h o à n g x u â n s ơ n
Noel 2023

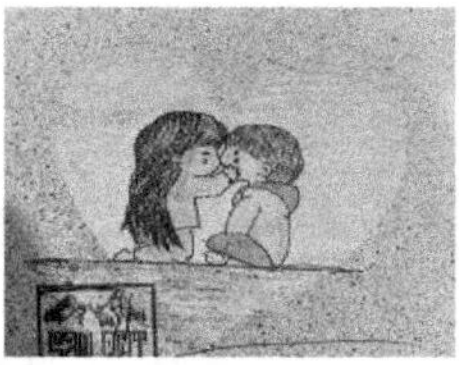

DẤU [?]

Mũ anh đội
Thuyền em đi
Đá trăm năm
Nở. diệu kỳ.
mạch sao
Lung linh nước bắn phun trào
Thổi yêu một thoáng
Chiêm bao lạ lùng

Có người đến
Từ khói sương
Từ trong diễm ảo khơi vương vấn
Đẩy …
Tìm nửa ta. từ kiếp mai
Mong manh!
Như vạt nắng ngày tìm sao
Anh- ta. sẽ đi về đâu

“Dấu chấm hỏi”.

Khoảng lặng nào.
Đếm đong.

San Phi. 24 janvier, 2024.

BUỐT XOÁY

tôi buốt xoáy tôi   buốt
tôi
xoáy tôi như thể
niêu-nồi-chảo soong
rồi ngắn
buốt tôi   dài
thòng
mùa đông sáu tháng xoáy lông lốc đời
đợi
chờ
buốt xoáy niềm vui
có em và
một chuỗi đời ngất say
có men đêm
ủ lấy ngày
rượu nồng dẫn thủy
vào ngây ngây tình
buốt xoáy nhau bất thình lình
ừ thì xoáy   buốt
cho linh nghiệm đời

)(
hxs@hoangson.231223

PHIÊN TÔI BẢN NGƯỜI

[hãy ngồi xuống đây như loài
thú hoang yêu nhau ngoài đồng-
LUP]

Miệt mài phiên bản tôi ơi
Chia ra tác nghiệp
Rối bời nhân gian
Ghé miền em
Lúc chín nàng
Quả thơm hương lụng
Tình tang
Ngọt
Mềm
Chưa có ai ăn một bên
Còn nguyên thủy vũ lụa lềnh hoan ca
Những con sâu niệm ta bà
Trong vô giới ảnh trầm kha hội tình
Tôi về cuốn chiếu lênh đênh
Đào hoa một ngọn thắp hình núi cao
Về đâu trên đối ảnh nhàu
Miệng cười còn giữ nếp đau trùng phùng
Phiên bản mới
Đời vô chung
Chúng ta như lũ thú rừng man khai
Vẻ của sương
Ngón đẹp dài
Làm sao tôi níu được vai nghiêng
thành
Áo còn bay
Giữa vô thanh
Hạt sương cũng biết tập tành rơi
mưa

>

Một đêm hang trú phạc phờ
Tin em đánh mất trinh thơ đầu đời
Tôi khóc
Làm gì. [khóc]. tôi
Trong cơn tủi nhục
Ru hời xác thân
Một vì sao
Triệu vết bầm
Đêm. rạn nứt hồn dạ cầm
Dây oan
,
Chuỗi cường toan ôi
Mưu toan
Đeo tôi lớp lớp hàng hàng phục binh
Tôi yêu người
Yêu con tinh*
Mà độ lượng cũng vô tình*
Dáo
Gươm
Trái xanh chưa chín
Độ hườm
Vì đâu mật ngọt
Ứa tươm nhựa tình
Sáng rồi trong cõi u minh
Tình tôi cổ tích
Thắp hình tượng em
Mở ra
Công án nổi chìm
)(
h o à n g x u â n s ơ n
3 jan. 24
*ý, TCS - một cõi đi về

MẮT

Khắc trăm năm
Một nét người
Từ trong tiềm thức biển đời mênh mông
Nghe như rung lên chân không
Chỉ một ánh mắt
Mạc nhiên hớp hồn
Từ đâu…
Từ đâu mang. vương
Ta như uống cạn mắt thương
Thẫn thờ
Ồ, không
[không] phải là mơ
Chỉ ánh mắt ai ngờ
Bùa mê
Đường ở đâu
Lối ta về …

San Phi. 1.3.24.

CÂY LÁ ĐỜI NGƯỜI

cây tôi
chi chít lá cành
đêm qua rụng hết
hùng anh một đời
em như chim sáo giữa trời
tung tăng chân nhỏ
gọi mời sương hoa
chiều tôi
chút nắng lòa xòa
trôi trên cọng tóc
mù lòa
lạc
xiêu
tôi còn yêu*
tôi cứ yêu*
cho dù tiếng hát nổi trôi
bọt
bèo
h o à n g x u â n s ơ n
18.Sept.2023

LỖI HẸN

Sao còn lỗi hẹn với đêm
Hai ta rượt đuổi
                    Kiếm tìm trăm năm
Sương khuya nhỏ giọt thì thầm
Giọt rơi xanh lá vơi dần mong manh

Tâm tư gửi cánh thơ hồng
Giữa khuya thức giấc lạc hồn ngu ngơ
Có người lặng lẽ say thơ
Ngàn xuân chưa nói thêu mơ nỗi niềm

Giật mình ta lục cái tên
Xa xa sợi nhớ bóng đêm lạnh lùng
Một nụ cười đã thanh xuân
Để ta chiêm mộng lưng chừng cuộc yêu.

San Phi
Mùng hai Xuân Giáp Thìn
11.2.2024.04.40.a.m.

ĐÁ TẢNG VÔ BỜ

Đá tảng nằm im lâu năm
Vô bờ nhiệm ý truy tầm vãng lai
Là rêu của tiếng thở dài
Trên cung năm tháng mùa mai đợi chờ
Tay mòn một chút lửa hơ
Biết gì cánh gió xô bờ lục vong
Sáng tôi lên một xứ lòng
Từ phiền muộn đã long đong phố người
Tôi chào người giữa xuân phai
Một thiêm thiếp nhớ giêng hai ngùi ngùi
Mơ sống lại một lần vui
Đá muôn thu dậy tảng đời thiết thao
Tháng ba nào vẫy tay chào
Người trao muộn đóa ngọt ngào phù dung

)(
h o à n g x u â n s ơ n
hxs@9jan24

MƠ YÊU

Có khi khuấy động lượng tình
Có khi im ắng không tin tức gì
Thiền yêu chợt như hiển linh
Tiếng chuông
Gió réo gọi xin vào cùng
Mở rồi đây cõi riêng chung
Xin cho đắm lại đã từng thiết tha
Hiến tặng nhau trong giấc
Và…
Mây cuộn theo gió lụa là trên không
Nụ sen xanh quyện đất bùn
Đầm
Trong
Chạm nõn sen chum chúm hồng
Hãy nhẹ nhàng rẽ nước trong
Hãy yêu cánh,nhụy,

Như
Trăng trối
Đài
Đẫm giọt trần quyện cùng say
Dù mai tan cõi trần ai,
Cũng đành .

San Phi. 4.5.24

RỐI

Không còn tóc để rối mù
chỉ nghe sợi gió
âm u mái nhà
thôi bay bay. thôi
ngân nga
làm sao hát thuở lụa là áo em
vàng mơ đã rụng trăng thềm
du phai hết cả hương mềm
cổ nghi
ngọn tóc
nhớ
sóng xuân thì
bềnh bồng chải một trường thi tự tình
rối từ mộng. thực
điêu linh
ngàn năm chỉ có
một hình bóng vui
là ai
mượt quá tóc dài
chỉ xin rối lặng
một vài sợi quên
)(
h o à n g x u â n s ơ n
20 decembre 2023

MONG MANH

Từ biêng biếc, nụ, mầm, hoa
Thì thầm miên mộc nõn nà hương say
Vì đâu từng cánh vàng phai
Bên trời chăng?
Đợi tháng ngày riêng chung

Mơ trong nắng gió đôi lần
Ngõ tình giăng bắt cỏ bồng bềnh ca
Đã phai lâu rồi. bước ta
Đã là cơn gió thoảng qua tóc bồng

Ta lần tìm thấy ta. không
Ta len qua những mối còn chưa khâu
Ta tô đậm khúc nhạt màu
Ta trơ
Với
Bắt

Trăng sao đâu rồi
Lặng nhìn cánh mong manh rơi
Xác hoa bay giữa đất trời tìm anh

San Phi. 2.5.24

VẦN VÈ

Em cứ vần
Tôi cứ vè
Chúng ta cắc củm
Lượm về đọc chơi
Bài thơ dán tít trên đồi
Rớt xuống lưu thủy
Lạc
Trôi
Hướng nào
Em là trăng
Tôi là sao
Thì cứ nhấp nháy lào xào
Mộng mơ
Tôi vàng vọt
Em xanh lơ
Bài đồng dao hát một tờ trắng tinh
Nét cung quăng
Chữ miếu đình
Thôi
Ta vẳn vện chút tình
Bông lông
)(
h o à n g x u â n s ơ n
15 Décembre23

SPICA MẬT ƯỚC

Đêm qua đêm lỗi hẹn sao
Giọt mưa sa
Xa. nhạt màu thiên văn
Huyền cơ Sao đính dọc hàng
Spica mật ước mờ dần phải không?

Vẫn là thiên sứ non bồng
Mà nơi tâm lượng đã chong đèn mù
Về đâu về hỏi thiên thu
Kiếp mai kiếp một đền bù được không

Spica lặng lẽ ngồi buồn
Lời thơ ai viết giữa đường lạc nhau
Vì sao. sao lặng vì sao
Ai lay bóng nguyệt ai khều rồi qua

Trăm năm Spica có già?
Trăm năm ước hẹn giọt xa giọt buồn
Là một xuân
Hay ngàn xuân ?
Người ơi, ta hỏi người quên trả lời

Ta ngửa mặt, đợi nắng rơi
Với tay bắt lại rồi phơi tim mình
Tay kia hứng lấy chút tin
Spica đã hẹn thì xin đừng già.
Sợi chiều vàng viết mơ hoa

San Phi.18.4.24.

ƯỚT

cứ ướt lướt thướt mưa đêm
áo da cảm lạnh
người thèm lửa hơ
bàn tay ngo(a)n
biết chực chờ
phong lưu gió khởi kín bờ vực sâu
nước suối ngọt mát như mầu
hổ phách vàng mật
bóng nâu tàng hình
cứ nấp vào mưa nghe kinh
lá thiêng phổ độ
chày kình nện không
vang vang

cốt
lõi
tinh đồng
mai sau phồn thực
nhớ dông bão tìm
bây giờ mắt đang lim dim
hai mắt còn đủ
nhắm nghiền một con•

)(
h o à n g x u â n s ơ n
17 Novemre 2023
•ý, Bùi Giáng

KHOẢNG TRỜI YÊU ĐÃ BẮT TIN

Người xa ta người có hay?
Thềm rêu đã chết trăng gầy guộc trông
Câu thơ tìm lửa đốt hong
Này tình nhân hỡi mây giăng chốn nào

Rót ta nửa chữ đồng dao
Thiền ta cạn uống người đâu cận người
Ta từ thiền tâm chơi vơi
Câu thơ bỏ lửng dòng đời ngả nghiêng

Trăm mơ nguyên bản thuyền quyên
Ta khờ, ta nắm, ta lênh đênh tình
Thức ta nét mực còn in
Thức ta mắt ướt hỏi tình nhân đâu?

Người đi trăng cũng nhạt màu
Đêm ta hái mộng nát nhàu hoang khơi
Tiếng yêu thương vút lên trời
Sương mưa tan chảy tơi bời lá hoa

Người xa ta, người đã qua
Hồn ta đã chết, trần ta còn dài
Ta gào thét nỗi oan sai!
Ta mê, ta tỉnh, ta đày đọa ta

Đồng dao ngày cũ đã già
Sơi mơ chưa hóa , lòng sa mạc ngầm
Khát khao từng giọt trăm năm
Thèm tìm con chữ, từng chăm chút tình
Khoảng trời yêu đã bắt tin

San Phi . 8.3.24.

N H Ư Ý

ôi
tiếng dạ thiệt ngập ngừng
đời ngoan thỏ thẻ
giữa ngưng thu
đầy
tôi ngạ mình cùng
nước
mây
cảm giác chưa từng
kỳ lạ
vây [khổn] đời
tiếng môi êm như ngàn khơi
chút thoa son nhẹ
gọi mời thanh tân
chín tôi giữa ngực ân cần
thếp hoa ngân nhũ
trắng hồng mai khôi
dạ
thưa
khép một phiến trời
thạch anh dáng tựa mùa khơi động tình
mùi miên mộc ngát
hương trinh
thất thần tôi giữa động đình
ngất
ngư
bước qua ngàn dặm hư phù
chỉ còn tôi với tình
như ý
này
xanh dòng chảy một đường bay
)(
h o à n g x u â n s ơ n
14.nov.23

TRẦM LUÂN

Cánh trăng gầy
Sỏi xanh xao
Dấu hài đã lặn buồng cau đã già
Lời ước hẹn, người với ta
Dạ quang thắp bút bực nhòa nhạt tan
Khi từng chiếc lá lìa cành
Lặng người từng bước xa dần dấu chân
Đừng. [anh]
Anh đừng bước. san
Phía trước vực thẳm sau nàng.
Cõi mê
Màn tơ giăng lối anh về
Giọng thương quen vẳng
Vọng kể bên tai…
"Em chợt hình dung kiếp mai".
Yêu anh là đoạn chuỗi ngày
Trầm luân

San Phi. 29.2.24.

KHÔNG LỜI

Viết ở đâu thở ở đâu
Mà con chữ rớt buồn rầu có khi

Đến, đi hồn cũng ngại vì
Màu xanh lội ngược vào ghi chép này

Tôi khờ khạo em heo may
Cùng tương tác thở dưới ngày vi sinh

Nụ hôn xin một thần tình
Đọc. và chép những câu kinh nhiếp hồn

Hoặc giả im lặng vô ngôn
Thì lời đã viết kín tồn vong kia

)(
hxs@8jan24

KHỞI MÊ TÌNH

“Trại Chủ” lặng lẽ chờ người
Ngày xuân từng cánh hoa cười tìm nhau
Người xưa giờ ở nơi đâu
Nắng vàng mà ngỡ dáng đào trong mơ

Cánh hồng bay bay phất phơ
Lá xanh ngồi ngắm bóng mờ dần xa
Xuân xưa từng cánh nõn nà
Xuân nay hoa nở mình ta ngậm ngùi

Tâm thiền nhặt cánh hoa rơi
Tâm. không. nỗi nhớ về tôi lại đầy
Mắt, môi, nét ngọc trang đài
Thanh thanh khuôn nét ánh mai dịu dàng

San Phi. 16.3.24.
Phỏng dịch Khởi Mê Tình TLTP

BỤI

phất trần
tôi phủi bụi
tôi
phong long còn ám ảnh đời
lu câm
bụi. hay nắng gió.
lửa
phẩn
đốt nhau từng ngọn bất nhân tình đời
biết rằng
thua thiệt muôn nơi
sáng ra tranh tối bời rời
cỏ
hoa
kiểm kê một dúm lòa xòa
cái trăng em mọc
cái tòa tôi nghiêng
ô hay
bụi nào chẳng phiền
náo riêng hạt bụi nằm yên mắt người
)(
h o à n g x u â n s ơ n

TÌNH SỬ

Ta nghe tiếng gió thét gào
Hoài ưu lãnh sắc.
                                    Nghe. đau đáu lời
Âm hương nghe như chơi vơi
Như phủ thiết đặt vừa rời tay anh
Bờ tràn nước chiếu nhân can
Ta sờ giọt nắng chiều buông
Chợt chừng
Hơi thở bỗng hóa thành.
                                                            Luồn
Trăng trong băng
Ngọc tuý hàn phi phiêu
Thương tuổi xuân đã qua nhiều
Những cành hoa lạc liêu xiêu. khứ thì
Xuân- Hạ -Thu- Đông, qua đi
Ta còn ngập ngua miền thi sử tình
Ai cứu lấy ta hồi sinh?
Níu vạt nắng ấm rồi bình minh khai
Kỳ tích. Không. những chuỗi ngày
Nửa mê nửa tỉnh
Ta đày đọa ta.

San Phi. 26.2.24.

MƯA SƯƠNG THU

Hạt sương [trong]
        hột sương   ngâm
cái tiết lành lạnh
của dầm mưa thu
Ướ(t)c xanh một nạm sa mù
áo hương đừng giũ
cho phù hư thơm,*
Nằm nghe châu thổ rập rờn
nội y phát tiết bồn chồn
ngoại
xâm
thực hư vành nguyệt âm trầm
thủy vũ nhấn nhá một ngâm khúc
tuyền
Suối còn mê mỏi khâm thiên
mưa mưa thu   khá(c)t
cõi
miền
du dương
)(
h o à n g x u â n s ơ n
25.oct.23
*ý, Bùi Giáng

THIỀN MƠ

Nhớ người
Người có biết chăng
Màu áo xưa
Đã phai dần chỉ thêu
Nhưng sao chẳng phai tiếng yêu!
Người đã xa
Nắng đã tiều tụy mây
Soi mình ngắm giọt - say- cay

Đêm từng đêm
Bóng ai cài phất phơ
Trăm lần thức. Níu trăm mơ
Trăm lần thao thiết ngu ngơ
Tìm.   về

Khoảng trời riêng
Giăng giăng mê
Sương khuya chiều đặc
Phía xa xăm tình
Người đi để lại chút tin
Để ta ôm lấy lòng mình. thiền mơ

San Phi 7 janvier 2024.

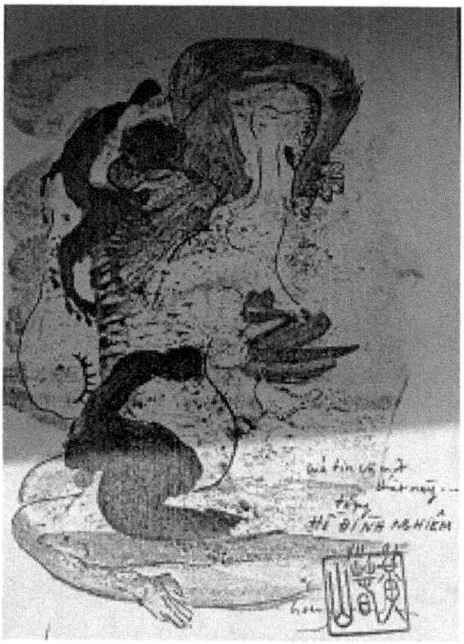

Tranh phụ bản II Hoàng Xuân Sơn

GỌI CÀNH

Vân mềm cỏ biếc mù sa
Nghe du dương
khúc thiên hoa dáng kể
Là đoạn cầm khúc
suối
khe
Đá hồn rêu phủ màu se sắc niềm
Vọng
Mảng thiên
Nhắc hồi âm
Mộc miên mơn mởn
Tháp nghiêng gọi cành
Hoa nở rồi thấy không anh
Hương âm
Khẽ gọi tình mênh mông tình

San Phi
Govap / 14sept, 2023

HÁT RU CÙNG CA DAO

À ơi
ngủ nữa đi tình
Cho giấc vừa đẫy tới
hình bóng nhau
À ơi ru
lâu thật lâu
Cho muối cho thóc•
cau trầu xếp đôi
Sắp hàng cùng gióng tao nôi
À
ơi
chập chững
vào đời luyến lưu
Mốt mai khi tình đã cưu
Mang nhau về buổi tuyệt vời
trước sau
À ơi
vàng đá một màu

)(
h o à n g x u â n s ơ n
25.10.23
•Phương ngữ Huế: ru em cho thóc cho muối....
Ru em ngủ ngon giấc

Ủ, ANH NỖI NHỚ.

Miên man, trong giấc.   xa
Tôi
Mà gần tích tắc
Như lời của.   âm

Thổi vào tai tiếng thì thầm
Nửa si mê gối
Nửa chăn ngập ngừng
Với tay níu một
                        Khắc
Xuân
Thèm mê ảo giác
Huyền.
Trần gian say
Cầm, mình vào triệu giấc mai
Hương len lỏi khắp cùng khai sơn
Trùng …
Cho làn nắng ấm ngập tràn
Thì anh ơi!
Ta bước lần về nhau
Biến.   từ em
Chữ nhiệm màu
Dấu môi len lén ủ sâu giấc tình

San Phi. 23 janvier, 2024.

XANH MI Ề N
THÚ Y
Xanh xanh xanh xanh
Mét
Xanh
Xanh phương em tái
mặt anh

Bời rời
Ta chưa rắc nhau ngoài
đời
Chút muối bỏ biển đã
phơi tình trần

Ngại ngùng gì chưa thụ
ân
Quả xanh định mệnh
chua dần vị lai
Cùng tôi chín bói phen
này
Để đêm hấp hối hẹn
ngày diêm sinh

Thắp núi soi núi tàng
hình
Tôi biến mất giữa cùng
đinh bụi bờ
Mai này ngọn cỏ nào
thơ
Hãy xin viết lại một tờ
du sinh
Tôi ngàn năm em tượng
hình
)(
h o à n g x u â n s ơ n
23 tháng sáu,

RÊU HOA

Dường như gió vừa tách mây
Đánh rơi giọt nước, giọt say mê nường
Giọt đem men ủ chân sương
Nét hoa dáng ngọc soi gương dịu dàng
Dường như lạc giữa địa đàng
Nỗi niềm
Can. Thấu
Nhẹ nhàng lướt qua
Cũng may là có anh xoa
Nụ
Ươm
Hàm tiếu khai hoa núi đồi
Nảy mầm đá, tự chẻ đôi
Hoa Rêu.
Biết nở trên đồi cửu thiên
Vân mờ hư huyễn, ươm xuyên
Hoà vào. Gió lả lướt huyền tóc tơ
Từ lần gió, lạc vào thơ
Ánh nhìn lặng lẽ giữa bờ.
Đam mê
Từ lần gió thả lướt kề
Hồn rêu xanh giữa từng khe.
Cửa trời

San Phi
Govap September 21, 2023

N Ú I

[không phụ chú]

núi gì
sao méo lại
tròn*
núi anh núi đứng
chon von
một
mình
cây cột trời   đỡ
sống lưng
lâu lâu lại nhớ chuông rung
chỗ ngồi
à
núi bắt chéo qua đồi
khiến chân chữ ngũ
hắt hơi
xóm
làng
mùa từ cận chiến gắp sang
xám mây một miếng
lá vàng một ôm
bó thu đông rõ
một mồn
mặt trời thập bát
cầu hôn điệp trùng
núi. chờ
gỡ cái mông lung
)(
h o à n g x u â n s ơ n
18 nov. 23

*núi Ngự Bình trước tròn sau méo

GIÓ

là phơi thực chất của mình
là bay thấu tuốt cung đình vẹo xiêu
cái đít thấu kính mắt lồi
cong cong vẽ một đường trời lu loa
đừng khóc. đừng. lệ chửa nhòa
vẫn người biếu tặng bông hoa nhiệt cuồng
là đời. nạo vét tai ương
thủ phủ của một con đường trối trăng
là gió.buốt rát đồng bằng
là nhà. phố chợ đã băng lên rừng

ta yêu nhau thời biểu trưng
những son phấn rũ rượi mừng thăng hoa
xin em món tóc lòa xòa
giữ cho vầng trán thật thà dưới mưa
cái thời lũ lụt chưa qua
xin đừng lệ bỏng rát nhòa mắt thâm
thương nhau níu một dây cầm
để oan ương cấy nụ mầm thất thân
chút hương thể đã thụ ân
một mai nhang khói dương trần lãng du
ta đi. nương theo một dù
ôm nhau suốt buổi tàn thu mới về
con đường nhữ thụy hoang tê

)(
h o à n g x u â n s ơ n
29 juin 24

CÂY LÁ ĐỜI NGƯỜI

cây tôi
chi chít lá cành
đêm qua rụng hết
hùng anh một đời
em như chim sáo giữa trời
tung tăng chân nhỏ
gọi mời sương hoa
chiều tôi
chút nắng lòa xòa
trôi trên cọng tóc
mù lòa
lạc
xiêu
tôi còn yêu*
tôi cứ yêu*
cho dù tiếng hát nổi trôi
bọt
bèo

h o à n g x u â n s ơ n
18.Sept.2023

TÌNH NHƯ VẠT NẮNG.

Hột sương đêm
Giọt nắng ngày
Mong manh
Chỉ một phút say ngật ngấy
Cánh hồn nhiên lạc mắt ai
Để cho núi. cũng biết ngồi ngẩn ngơ
Cái chớp của một khắc chờ
Mà sao cảm tưởng như thơ lạc vần
Nghe tuồng như rũ rượi trăng
Va nghe như hạt nhớ luồng vào tim
,
Anh ơi!
Cuộc đuổi bắt. tình
Khởi từ điểm xuất em xin được hàn
Anh. Huyền ảo như sao trăng
Con tim khắc bỗng lạc vùng thiên thai
Ờ …
Thì xa tựa trời mây
Hãy tin
Nhật nguyệt vẫn say giấc tìm
Ta và nhau một chút tin
Chỉ một chút đã rình rang yêu.

Yêu như hạt nắng đã chiều!

San Phi
@.S.P 30-11-23.

MÙA NHUNG NHỚ

Phê phán tôi một buổi mai
Em cứ thong thả
Miệt
Mài
Sắc thu
Mặc áo trắng trôi trong mù
Rực vàng trên núi phù du
Đóa tình
Ta yêu nhau mùa nổi lênh
Đạm hồng một suốt bồng bềnh thức mây
Ôi
Bàn tay níu
Ngón tay
Phơ phất đêm của biệt đày tưởng dung
Nhắm mắt. Lạnh. Rét tao phùng.
Lại dung tưởng mộng
Mị
Chùng tư phương
Khi em hỏi tôi bảng đường
Thì xin mường tượng mùa thương nhớ cùng

)(

h o à n g x u â n s ơ n
@18.Sept.2023

NẮNG CHI(Ề)U

Nắng. Chi(ề)u Ve vuốt nhẹ sâu
Thầm thì…

Cỏ lá xạc xào không gian
Khiến cho ta dại khờ mang
Suy tư. Đan(g) mộng gối chăn thức niềm

Ngày bình minh bên kia đêm
Ngọn sóng thơ biết lục tìm thiết thao
Tình thơ ta kết bện trào
Khảy nồng nàn khúc xé rào.
Hoan mê
Trăng hương trăng thướt ngọc kề
Tình bồng. ngọt chuỗi đam mê rực trời
Giọt sương lung linh lên khơi
Giấc sâu mường tượng khúc đời có nhau.

San Phi
Govap September 22, 2023 , 11:30 p.m
Trích. Ngọn Núi Đào Hoa [2]

SẮC THU

Cảm thức
        từ ấm nâu sồng
tự nhiên đằm thắm
        những bông hoa đời
tình có lúc lên khơi vơi
có lúc nhàn nhã như lời ru em
            sơ thu
và nét hương mềm
          mang đi hồn tẻ của đêm
lạc
hồng
ai chờ ngoài sáng mông lung
tiếng chim rù rỉ
        mùa trong mắt
mềm
núi thức rồi
            nghe không
em
nụ sương điểm hóa
một niềm thiên thanh
)(
h o à n g x u â n s ơ n
14sept, 2023

HÁI ĐÓA TRĂNG.

Anh
Ngôi sao đã tượng hình
Khi trời đất
Thổi
phục sinh nắng vàng
Khi con chữ biết đi hoang
Bóng đêm
Anh sáng
Cùng hân thưởng tình
,

Anh viết sao thức gìn đêm
Qua khe lá
Em lục tìm trăng hoa
Chia anh chiếc bàn tay xa
Vũ trụ vỡ ối giao thoa nồng nàn
,

Trắng bông tuyết trắng nhỏ xinh
Trổ lên ngọn gió khúc bình minh vang
Vén mây hái vội đóa trăng
Một lần vén đã in hằng
Trăm năm.

San Phi 6.1.24.

CHUỖI HẠT

Tôi rề rà với vi sinh
Rồi nghe tiểu tiết
Tượng hình thiên nan
Sống với tôi
Với tuổi vàng
Rồi đi cho hết tình tang
Cuộc người
Một gút khóc
Một chuỗi cười
Một vòng chuyển hóa buồn vui lập trình
Con đường mình đi thênh thênh
Điệu sáo. Tiếng gió. Và mênh mông hồn
Với tận cùng của cô đơn
Của đêm đơn lẻ
Của bồn chồn khuya
Ngọn lương đăng cháy hết mùa
Vui vì đốt hết thiệt thua một lần
Từ một lần
Biết
Yêu em
Bài thơ ý mọn
Đầy thêm lượng tình
)(
h o à n g x u â n s ơ n
17 9 23

HỨNG GIỌT MỘNG MÌNH

Xé mây, em hứng giọt rơi
Thủy lưu ngọc tắm tràn trôi đến người
Nhớ ai nhớ đến rụng rời *
Mắt hoa ủ giọt lệ ngồi khuê mưa
Rèm buông chỉ tại gió lùa
Chiếc bàn tay níu giấc sâu.
Mộng già

Giật mình
Ôi
Nhớ người ta!
Hờn đâu chưa biết
Nhưng mà…
[hờn thôi]

Xếp tàn(g) đựng nhớ đầy tôi
Kháng nguyên
Xanh dãy biế(c)t trời. rậm, sâu
Tính. Gom yêu như mộng đầu
Ngờ đâu cuối mộng lại sâu vực bờ

San Phi
**Câu thơ, Hxs. San Phi*

Govap October 26, 2023

SUỐI NGUỒN

[thôi về đi đường trần đâu có gì .]*
.
Có khi nước chạm vai mình
là mưa
hay tự suối chênh vênh nguồn
Thấm ướt đời hạt lệ. khôn
ngăn cản được chuyến đi luôn
không về
Có khi mắt trái bản lề
khép mở hội tụ
ngày tê
                bữa rày
Suối xa nguồn một lóng tay
mà nghe thác nước
dội đầy
âm
hao
Như tình thu có dạt dào
hãy mang đá núi
            lao xao tình trần
)(
h o à n g x u â n s ơ n
@14sept2023

*Phôi Pha, Trịnh Công Sơn

LẠC HỒN

Gió thổi mây
                    Gió thổi hoa
Thổi tôi giấc ảo xa đà
Khúc mê

Vào anh quên bẵng lối về
Gió ơi đừng thổi
                            Ta nghe lạc hồn

Ta như nghe thấu cô đơn
Ta rưng rưng sợ hoàng hôn tan ngày

Ta khóc khi chiếc lá bay
Ta đau khi đóa trăng gẩy ruột
Quên

Lạnh lùng như chưa từng quen
Điếng lòng một thuở nào nghèn nghẹn xa
Ừ, còn ta và chỉ ta!
Níu- Buông- Mê- Tỉnh, thức
                                        Là cơn mơ

San Phi. 13.2.24.

SẮC THU

Cảm thức
        từ ấm nâu sồng
tự nhiên đằm thắm
        những bông hoa đời
tình có lúc lên khơi vơi
có lúc nhàn nhã như lời ru em
            sơ thu
và nét hương mềm
          mang đi hồn tẻ của đêm
lạc
hồng
ai chờ ngoài sáng mông lung
tiếng chim rù
        mùa trong mắt
mềm
núi thức rồi
            nghe không
em
nụ sương điểm hóa
một niềm thiên thanh
)(
h o à n g x u â n s ơ n
14sept, 2023

LƯỚI. KHÚC MẮC

[nghĩ về cuộc tình
cái chết
và những lìa xa]

Chưa nợ. nhưng đã hết duyên
Những xa xứ mỏi những miền hoang cư
Thạch. mộc nung nấu lò cừ
Thì tro cũng bụi tàn dư cuộc tình
Không ai màng đếm phiêu sinh
Lũ bọt nước. đau tạng hình. rêu rong
Thiếu một chữ. khuyết, tân tòng
Là xưa ghê lắm cuồng phong giục về
Ì ầm dội sóng man khê
Ngọn thủy đao cắt. gọt bể chung thân
Đừng mơ ước. đừng. khó gần
Vì cách ly là truyền nhân sống đời
Viết. rồi tứ cũng mòn hơi
Tha nhau định chế nhét nhồi tâm tư
Hãy đường bay thảnh thơi, từ
Cuộn gai dây thép chuyên tu buộc ràng
Bước tới. nữa, mùa lang thang
Ngọn đàn núi vỡ treo hang hốc tình

Ra về. lửa đốt u minh
Hình nhi hạ. chết thình lình. sống tươi
)(
h o à n g x u â n s ơ n
28 March 24

R Ừ N G, T R A N H C Ủ A

)(

)(

Rừng ban mai nắng lại về
vàng triều hoa rực màu mê của đời
tay mơn man một nụ cười
ô hay thu muộn mà lời sao xanh
đêm. có ngày. em vắng anh
đã từ muôn kiếp biên thành khói sương
phơ phất đâu tự bông hường *
từ lan yểu điệu quận nương thục thành
một ngón rừng. vẽ, như tranh
rồi tan hết cả vào oanh yến buồn

,

Bài ca lập tự vô thường
lời thơ đã biết lên đường phôi thai
rừng ban mai hồn ban mai
gợn mây sớm chiết hình hài đông sơ
vầng trăng thức giữa bụi bờ
một khi hóa kiếp thành ngơ ngẩn chiều
là tuyết ngủ mầu hoang liêu
làm sao đếm được trắng nhiều tóc tơ
rừng của tranh. hương, của tờ
thư bay một áng dại khờ như nhiên

)(

h o à n g x u â n s ơ n

DẰM TRONG TIỀM THỨC

Gió vờn rưng chiếc lá buông
Nghe tuồng lá thở đêm sương rực quỳnh
Quyện vào nhau đêm tảng sinh
Nhẹ thôi nhẹ màu lung linh cuộn trào
Từ ngàn năm ta và nhau
Tiền dường như kiếp tìm vào thời gian
Nghe như chiều đặc cung đàn
Đếm thời gian rõ từng hoang hốc tình
phong ôm siết lá điêu linh
Dằm trong tiềm thức gọi tình nga ngân
Giọt thương rơi những lá vàng
Giọt thơ rơi đọng
Tràn cung bổng trầm

San Phi
govap November 10, 2023

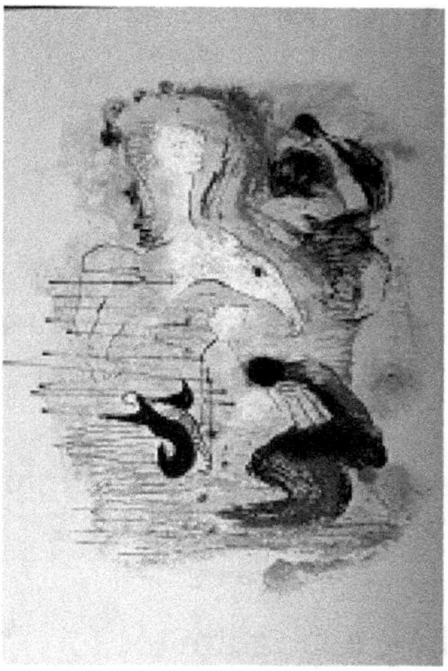

Tranh phụ bản III Hoàng Xuân Sơn

ĐÃI CÁT

Ta tìm anh giữa chốn người
Đãi vàng trong cát một trời phù vân
Là hư huyễn. giữa
                Hồng trần
Từ lần *bắt sóng* giăng giăng nỗi niềm
Ánh nhìn len lỏi vào tim
Một hình dung
        được khắc ghìm tóc tơ

                San Phi
Govap September 25, 2023 , 10:30 p.m
        Trích " Ngọn Núi Đào Hoa [2]".

N. H. Ớ

Hôm qua mưa suốt cả ngày
Làm sao biết được thu gầy hay không
Núi nằm buồn tận chân lông
Làm sao thu nhớ sương hồng đã len

Sợi mưa sợi nhớ đan rền
Mạch tim. và nỗi buồn lên thượng tầng
Ai hay phép tính xa gần
Xa xôi nhớ quá gần càng nhớ thêm

Nhớ thêm là nhớ của thèm
Một bờ trắng mịn thành thân đá vàng

h o à n g x u â n s ơ n

BÀI CHƯA THUỘC

______________________________]]]

Nằm nghe thân thế bần hàn
nghe trời trút xuống dây thang của người
đấy rồi. cung bậc rong chơi
cùng vô lượng kiếp khóc cười như nhiên
nằm nghe thân xác triền miên
những giấc ngủ đỗ những miền dung cư
chuyến đi phương biệt tâm từ
rồi xanh tim mạch hiến dư cùng đời
ở rất lâu phía rực ngời *
vẫn nghe đồng vọng tiếng cười xa xăm

,

Vẫn là thực thể mù tăm
giọng chim hát sớm vàng âm nốt chiều
bước vào khuyên nhạc liêu xiêu
có khi níu lấy một tiều tụy xin
hát khuya như thể van tình
mềm hương dịu ngọt màu linh thứu còn
thơ là cánh áo rất non
mà sao dương bản đã ròn cung pha
một chữ gần lâm luỵ. xa
quyển sông núi lạnh qua phà hiển vinh

,

Vốn liếng dài hương bạch đinh
ở không là trọn với hình vô căn
mấy ai vạch thấu một lần
từ tinh tươm sáng về lăn lóc chiều
một ngày vạn ngày. lửa. thiêu
bình nguyên hoa mộng cũng liều tro than
xứ thăng trầm của lê an
còn nghe tao ngộ mấy hàng tri âm
mai này đảo nghịch phù vân
dưới chân cột lữ muôn phần vị lai

,

Một ngày dìu đến xương vai
biển đâu gánh chịu bi hài nếp nhăn
trai tráng xuân đã dự phần
cây nêu ngày cũ hồng ân cuộc mời
đường ta dài như tóc lơi
nghe nhau sợi bạc cũng dời hương hoa
còn xung động với tam tòa
dù trong ngấn thủy đã nhòa thu lương
một thuyền quyên một má hường
còn yêu với cả từ chương muộn màng

)(

h o à n g x u â n s ơ n
3:38 AM
22. Mai 2020
*Ý, Bùi Giáng

MÀU TRĂNG RÊU
trăng rất xa
            mây rất xa
tôi về tới chỗ la cà cùng
em
trăng đá rêu
ngậm
huyên đường
hương mê thảo
ngọt nhẹ
dường bông tơ
ai níu được một trần
thơ
con mắt nho bụi
đã hơ háp tình
đường trời
áo thả phù vân
cho miên man thổi lục
cầm
uyên sơ
sóng dây
búng một cung hờ
trăng xuyên với lá ngân
tơ tưởng
mềm
>

phút cầm tay rộ hương
duyên
rồi thì trang nhã với
thuyền quyên xinh
kẻ đứng xa. lén
mắt nhìn
ồ phiên lệ thuộc đã linh
ứng rồi
lời nguyền rủa của cánh
dơi
luông tuồng sai dịch
về nơi thần phù
tịch mịch này. khúc
giáng thu
cứ xin náo loạn
vẽ bù giấc điên
một bó thơ liệng giữa
triền
rêu màu ửng đẹp. xanh.
nghiêng
mục đồng
)(
h o à n g x u â n s ơ n
tháng mười, 2023

VỌNG THÌ THẦM

Trăng đêm qua thức thâu đêm
Lẩy Hằng
Chàng cuội kéo rèm che mây
Lá
Cành.

Trăng nguyệt trác cài
Dáng lưng ong bán nguyệt lay lất buồn
Mây đêm qua lẫn vào sương
Hờn ai có giọt mắt vương góc trời

Lạc khuya như đương chơi vơi
Hờn ai bóng rọi thơ lời xa xăm

Đêm qua
Anh trốn bặt tăm
Để cho con chữ khóc thầm nhớ mong

Tiếng thơ khuya thả bềnh bồng
Nhờ gió
Gửi khúc tình mênh mông tình

San Phi
Govap September 20, 2023 , 8:30 p.m

Đ U Ố I. [L Ả]

Rồi em cứ lả dần đi
tôi không ngủ được
trăm thì tim đau
ở đâu
cái (nhói) lên lầu
rồi tụt xuống hố rất lâu
kiệt
cùng
rồi em cứ thở mịt mùng
giọt sương bạc má
môi hồng. quặn
thu

tìm nhau qua mấy dặm mù
chỉ bóng.   [và] bóng
thiên thu chập chờn
ta hít. thở. đời vô cơn
cớ chi áo nắng thùng đờn đáy rêu
xanh mướt hồn đá
liêu xiêu
bên ngoài động tịnh
ai kêu cửa vào
thức đi em. cùng mưa
rào
sợi tươi mới gột buổi vào
phục sinh
)(
h o à n g x u â n s ơ n
27,28 tháng giêng năm 2024.

VẼ CÙNG ANH [2]

Nếu chúng mình được thành đôi
Dù một giây, em chẳng rời xa anh
Em muốn ta như lá cành
Muốn trên lưng cõng tình tang sớm chiều

Hoa hờn nắng nhẹ lướt yêu
Ngọn đồi em vẽ trăng trêu ánh vàng
Vẽ hoàng hôn túp lều tranh
Có em khe khẽ *xếp tràn đang thoa

Em vẽ tình yêu hai ta
Vẽ sợi tơ kết trời hoa loang tình
Vẽ đàn trẻ nhỏ xinh xinh
Thiên đường em vẽ lung linh sắc màu

Nhưng… hai ta cách xa nhau
Phất trần em mượn phép nào sóng đôi
Đêm sương thắm lại hốc trời
Đài nghiêng tháp. vẽ trang đời có nhau.

San Phi
Govap October 13, 2023

*Trong lập trình" tràn ngăn xếp " nếu các con trỏ ngăn xếp vượt quá giới hạn. Ngăn xếp có thể bao gồm một lượng hữu hạn ở đây trong thơ hàm ý không gian, có thể hiểu một cách nói đơn giản hơn (là bộ nhớ vượt giới hạn)

ĐÊM HUYỀN HOẶC

một đêm nghe thế kỷ dài
đời mình trôi chậm
giữa vai hồng trần
nhọn xương buồn
chiết hồn   câm
suối xanh cạn kiệt
dương cầm luyến lưu
giọt tranh. xưa
thắm
mỹ miều
đẹp thần ai vẽ nên
xiêu vẹo này
đường sinh mệnh mòn trên tay
chân đi phơ phất
nếp ngày phong lưu
tựa lưng tài tử
không cầu
cũng nên khoái hoạt ngàn sau dậy tình
em về ta gởi chút nghinh
xuân còn tươi mãi
với hình mộng lang
hãy lắng nghe tiếng hát chàng
du du một cõi bình an
hoặc huyền.

)(
h o à n g x u â n s ơ n
@111123.donthoai

TRƯỜNG KỲ BẤT BIẾN

Ta rồi cứ rượt bắt nhau
Em thoắt biến
Hiện
Tôi màu cánh cam
Nằm trong quả. vỏ
Phi phàm
Làm sao nghe được già lam
chuyện tình
Nhìn
Một chớp mắt
Đã vin
Sức bật của nắng
Mẹ mìn của âm
Nói. gióng qua miệt tâm thần
Miếng che kiếng gió
Cũng lần lượt
Rơi
Về đâu
Tấm áo quan hoài
Chút mầu son nhạt
Đã phai cùng mùa
Em. chững chạc
Biến cuộc đua
>

Về miền thanh lợi được thua
Trùng phùng
Vẫn còn
Thức nỗi đau
Chung
Làm sao giếng cạn
Mà sông tài bồi
Khoảng cách đầy của tuổi vơi
Ta thôi nôi với tuổi đời ngây ngô
Như đá•
Người bạn trầm trồ
Hân ly một chuỗi ban sơ
Cực kỳ
Trong khuya có sớm
Thôi
Thì
Nhìn nhau một phút định kỳ
Thiên thu.

)(
h o à n g x u â n s ơ n
4 nov 23
*TCS, rồi như đá ngây ngô

DẠ NGÂN

Tầng Mây cuộn trắng
Thênh thang
Một vì sao nhỏ
Luồn qua Ngân Hà
Miên man rung cảm vỡ òa
Khởi lòng
Ướp mộng
vĩ hoà* ươm mơ
Chàng là vũ trụ ta ngơ
Nơi nào lối thoát đường tơ tinh cầu
Vùng bên nao
bước bên nao
Sơn khuê vạn ngã
Lối nào song song
Từ anh một mối tơ lòng
Nụ non tinh thể
khe trong phiến ngầm
Ngó mềm
khảy nốt thang âm
Dạ ngân đoạn khúc
hữu luân* tay cầm

Đoạn khúc ngôn tình!

San Phi
Gò Vấp Mar. 8th, 2023

**vĩ hoà, một đoạn cầm khúc đồng điệu*
**Hữu luân, luân hồi.*

HÁT RU CÙNG CA DAO

À ơi
ngủ nữa di tình
Cho giấc vừa đẫy tới
hình bóng nhau
À ơi ru
lâu thật lâu
Cho muồi cho thóc•
cau trầu xếp đôi
Sắp hàng cùng gióng tao nôi
À
ơi
chập chững
vào đời luyến lưu
Mốt mai khi tình đã cưu
Mang nhau về buổi tuyệt với
trước sau
À ơi
vàng đá một màu
)(
h o à n g x u â n s ơ n
25.10.23

•Phương ngữ Huế: ru em cho thóc cho muồi....Ru em ngủ ngon giấc

N H Ư Ý
ôi
tiếng dạ thiệt ngập ngừng
đời ngoan thỏ thẻ
giữa ngưng thu
đầy

tôi ngạ mình cùng
nước
mây

cảm giác chưa từng
kỳ lạ
vây [khổn] đời

tiếng môi êm như ngàn khơi
chút thoa son nhẹ
gọi mời thanh tân

chín tôi giữa ngực ân cần
thếp hoa ngân nhũ
trắng hồng mai khôi
>

dạ
thưa
khép một phiến trời
thạch anh dáng tựa mùa
khơi động tình
mùi miên mộc ngát
hương trinh
thất thần tôi giữa động
đình
ngất
ngư
bước qua ngàn dặm hư
phù
chỉ còn tôi với tình
như ý
này
xanh dòng chảy một
đường bay
)(
h o à n g x u â n s ơ n
14.nov.23

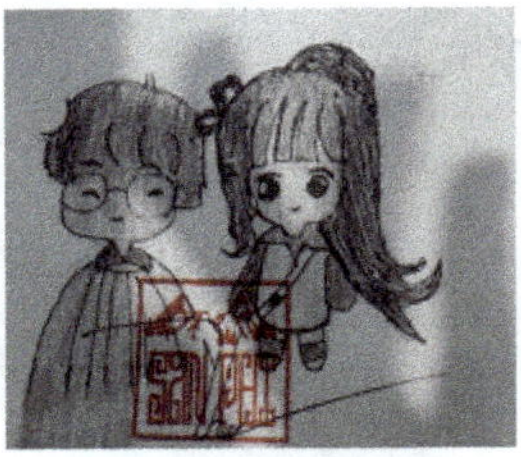

DUYÊN NGỘ

Vụ lai minh bán khai xuân
Nguyên miên kỷ vân phi vân khứ thì

Bật vô thanh ngữ cầm kỳ
Ái phong hoa lạc uy nhuy duyên tiền

San Phi 12.2.24.
Mùng ba Xuân Giáp Thìn 2024.04.40.a.m.

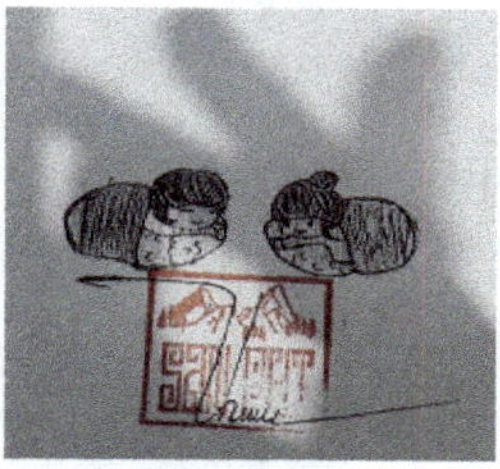

BIỆT NGÃ

Tôi vô ngã sao xô tôi
Đi tìm cái ngã biệt trôi phương
nào
Tôi hỏi thăm triệu vì sao
Ngôi nào tôi đã ngã vào ngôi
tôi
Văn xương khúc nhìn cười

NÉN CÁNH XUÂN

Nén cánh xuân
        Gửi vào mây
Hương men dậy
Hóa tương khai diễm tình
Cây còn níu một nụ xinh
Một khắc xuân
Sóng mắt hình dung
Ôi!
Phong vân tách kẻ đường trời
Thì xin kẻ
Vệt đường tôi với chàng
Mùa cổ tích khúc mê hoang
Xin yêu lên
Những vết hằn in sâu

Nguyên mầm nhờ gió chuyển trao
Bên kia nắng đừng vội vào
Chiều buông
Ta, anh rượt đuổi vòng tròn
Bài thơ dại
Lạc vào sương thanh trần
Bướm còn chưa kịp gọi xuân
Đã yêu thêm giấc lưng chừng
và sâu …
[Nén cánh xuân]
        trượt tìm nhau
Khắc miên.
Bán
Dạ kết trào. liên hương

San Phi

Mùng một xuân giáp Thìn 10.2. 2024.

VẾT DẤU BỘI HÀNH

Ba ngôi sao
Đính dọc hàng
Huyền cơ của một lâm sàng
Gửi
Trao
Tôi đi tìm mệnh số nhau
Đào hoa núi cấm vấp vào cung thu
Văn xương khúc
Đóm tù mù
Tử vi đổi tía thừa dư cọc tình
Biếm vào thư họa cung nghinh
Ở đâu trang trí
Ngục hình bao la
Lặn
Ngụp
Hồng trần hằng hà
Những viên đá quý
Tìm ra xứ miền
Phố của nhà
Huyện
Thần tiên
Cổ tích chiếc vé triền miên bội hành
Lượt về
Bắc đẩu ghi xanh
Lần xuống phiên nhạc
Thị thành hoan ca
Ba vì tinh tú bỗng là
Chiếc vương miện của hoàng gia lục hồng
Một đồng xu gửi mênh mông

)(

h o à n g x u â n s ơ n

GÌN VÀNG NGUYÊN HƯƠNG

Chiều vàng sóng sánh dịu êm
Nụ non nét ngọc ngọt mềm sương mai
Chắt chiu sợi mảnh đêm ngày
Uống hương mật ngọt chợt say thi cầm

Mơ màng một cõi trăm năm
Tìm về giấc mộng thì thầm gọi tên
Xua tan lặng lẽ màn đêm
Khép mi khẽ chạm môi mềm khát khao

Lời thương yêu ta nợ nhau
Áo hoa xin hẹn ngày vào song song
Duyên sao con nước ngược dòng
Tay trong tay níu hơ hong phiến tình

Chỉ cần ủ ấm niềm tin
Mai về một hướng màu tình sáng trong
Bên lề dõi mắt thầm mong
Thương nhau lặng lẽ gìn vàng nguyên hương

San Phi
Govap March 27, 2023

MƯA SƯƠNG THU

Hạt sương [trong]
        hột sương   ngâm
cái tiết lành lạnh
của dầm mưa thu
Ướ(t)c xanh một nạm sa mù
áo hương đừng giũ
cho phù hư thơm,*
Nằm nghe châu thổ rập rờn
nội y phát tiết bồn chồn
ngoại
xâm
thực hư vành nguyệt âm trầm
thủy vũ nhấn nhá một ngâm khúc
tuyền
Suối còn mê mỏi khâm thiên
mưa mưa thu   khá(c)t
cõi
miền
du dương

)(
h o à n g x u â n s ơ n
25.oct.23
*ý, Bùi Giáng

GIỌT NHỚ

Phiêu theo giai điệu ngân nga
Lắng nghe tiếng hát xa xa vọng về
Như xa, như đã cận kề
Hòa vào nhạc khúc say mê lửng lờ

Nửa hồn lạc giữa huyền mơ
Vũ đà tình khúc hoang sơ lưng trời
Dường như môi khẽ chạm môi
Nhập vào tâm thức đánh trôi chập chờn

Giật mình vắng lặng cô đơn
Nhặt từng mảnh vỡ vùi chôn đáy lòng
Cưu mang duyên phế, nặng mong
Không đành buông bỏ chất chồng buốt tim

Bên trời hạnh phúc ấm êm
Thuỷ chung ấp ủ ngoan tim mơ nguồn
Chẻ đôi nhật nguyệt nghìn trùng
Ai người thấu hiểu tận cùng nỗi đau.

San Phi
Gò Vấp Mar. 8th, 2023

TIẾNG XUÂN

Êm nghe tiếng gọi nàng xuân
Thì thầm trong lá phù vân mơ màng

Sắc hoa tô điểm nhẹ nhàng
Cành hồng trong nắng dịu dàng thướt tha

Êm nghe điệp khúc ngân nga
Nụ non e ấp chạm qua đáy hồn

Mỹ miều đường nét cong cong
Nàng hoa mật ngọt cánh ong bẩn thẩn

Êm nghe vang vọng tiếng đàn
Du dương êm ả mộng hoang giọt tình

Mơ màng say giấc nguyên trinh
Dường như khẽ chạm môi xinh ngọt mềm

Êm nghe giọt nắng bên thềm
Tô hồng đôi má cùng em đợi chờ

Ai cười cho lá ngẩn ngơ
Cho tim lỗi nhịp thẫn thờ bâng khuâng

San Phi
Govap February 6, 2023 8:30pm

TỪ VÔ TẬN

Nơi đá mảng
                    Trú đa bào
Một sinh mệnh
Ký hạt cầu sinh sôi
Thật diệu kỳ tạo hóa ơi
Một bước tuyến
Nhỏ
Kết đời với nhau
Tìm đâu sáng hóa luồn sao
Từ đối cực
Nước phun trào trên không
Dây sự sống về từ lần
Hệ sinh tiềm thức gọi trần
Gian sau
Thân thừa, dù tách xa nhau
Đoạn cầu
Bạch
Nhật luyến lưu kiếm tìm
Tảng niên đại
                    Hỏi bình minh
Không tay,
Sao bắt tảng sinh sôi cùng
Vi sinh biến, vật thể chung
Từ tung ra
Vỡ
Tưởng chừng như mơ
Xin tuồng tích nhả khói tơ
Xin đốt cháy giữa bến bờ hoang mê
Lặng im cùng tiếng gọi về
Đường cong khép lại
Và se sắc chiều
Núi vỡ vẫn tình nguyện yêu !

San Phi. 8.6.24

KHE ĐÀN LẠNH NƯỚC

qua khe
rúng động tâm hồng
ngón chân bấm lạnh
huyền không tuyệt từ
vốc
trào
một cụm nước   hư
mây đau tản vía
bệ thờ non nâu
tân toan
áo tuột trôi mầu
nghìn thu ngực trạc
nằm đau cổ phần
người đợi người
                    khúc
                              phân thân
cùng chia hai một âm thần
nát
tan

)(
h o à n g x u â n s ơ n
@15Sept2023

MÃN NHÃN

Ánh nhìn tê tái thiên di
Hoa rơi
Bóng ngả "truyền kỳ". Sơ khai

Như đem men ủ cánh môi
Sương tràn hân thưởng

Dậy mùi hương xanh
Là hư huyễn giữa hồng trần

Từ lần bắt sóng
Giăng giăng nỗi niềm

[Ánh nhìn]
          Len lỏi vào tim
Một hình dung được khắc ghìm tóc tơ

San Phi
Govap September 14, 2023
Trích " Ngọn Núi Đào Hoa [1]

C H ư c H Ỡ i

chữ
có chi mô mà chơi
một hôm chữ đứng chữ ngồi
tỉ
tê
chữ nguyên xuân
trút sang hè
tới thu diễm lệ
thì nghe mình vàng
ừ. lang thang
này
lang thang
điệp khúc trên núi
tình tang
bốn
mùa
)(
h o à n g x u â n s ơ n
sơ thu hai ba
@12sept23

PHI BỒNG...

Mỏi mòn đợi "giẫm nai". Tôi
Nước và mắt nụ cười ngồi, thiên cơ
Giăng giăng.
            động nhện bàn tơ
Giai nhân
Sở quách mượt hưng
                        ngời ngời .
Mục. Đào bồng, sáo khúc soi
Gương. hò đồng cổ,
Trâu thiền nhai kinh
Kỳ năm ba, hội khoa xin
Rát vào phơi, một điểm rình rang âm
Buồng hương buồng ngực xé toang
"Cái âm".
         Vòng bảng cái nhân rõ hài
Áo khăn quần lệch ngắn dài
Phi bồng, tung hứng.
                  [Thai ngừa] thưa ông

San Phi
Govap September 18, 2023

DƯỜNG NHƯ

Dường như chiếc lá vừa rơi
Bên khung cửa một khoảng trời bao la
Trăm năm trong cõi người ta*
Tựa như sương khói nhạt nhòa vi vô

Dường như có giọt mưa sa
Hạt rơi tắm một đóa hoa bên đường
Dịu dàng bung tỏa ngát hương
Dẫu mai tàn rủ sắc hường rụng rơi

Dường như ai đó đang ngồi
Vô ưu một đóa chơi vơi thả vần
Thẫn thờ bóng cuội... hay chăng
Gầy sương hạt rớt đan khăn buộc mình

Dường như khẽ chạm môi xinh
Dịu dàng ve vuốt mảnh tình ngu ngơ
Đan tay níu lấy những mơ
Nâng niu ủ ấm ươm tơ nhân hình

San Phi
BV Hồng Đức April 26th, 2023
*Trăm năm trong cõi người ta (Truyện Kiều, Nguyễn Du)

BÀI. TÌM LỐI SÁNG .

Nhãn trần cắt
chia khuyết trăng
Kẽ vào niêm luật tìm phân nối viền
Cây, hoa, cỏ lạ, từ thiên
Tơ trời cùng những lý riêng
là trần
Đẫm sương từ sợi nắng vàng
Xé tàng đựng nhớ cưu mang.
Phục dòng
Nửa ánh chiều
trả vàng son
Nửa xuyên khe nhỏ
Nửa luồn vào tim
Êm nghe hoa lá sướt mềm
Hơi nồng xúc lệ từng đêm gửi ngàn
Màn không trông như long lanh
Huyền mơ đứt khúc
từng canh khắc hình
Cho bụi trần hóa cánh xinh
Gốc là tựa điểm.
Lung linh nhiệm màu
Choàng ươm ủ trọn thấm câu
Hương gìn thẩm hỏi lối nào.
Sóng đôi

San Phi

Govap July 5, 2023 :30 pm

h

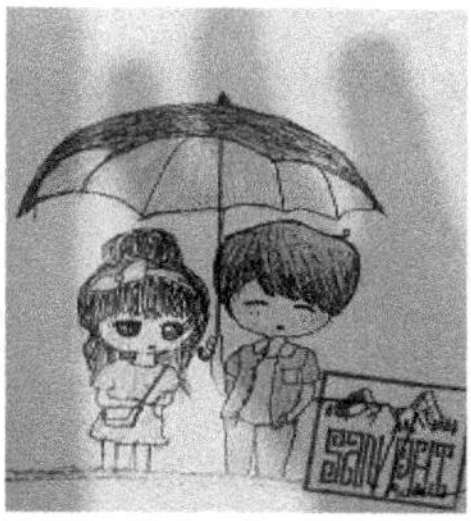

N Ằ M. N G H E. T H U

))
Ngủ đi. mênh mang suối nguồn
Ngủ đi. vợi nhẹ tâm buồn không đâu
Một bóng đời vút ảnh câu

Mà trần gian vẫn nhiệm mầu sắc không
Ta trên núi ta ngoài đồng
Cùng theo biếc với xanh sông tự tình
Nằm nghe cao điểm thân mình
Có khi chiều muộn giữa thinh không vàng
Ngày vẫn qua. ngày. vang vang
Chợt ngây ngất với thu sang diễm từ

Cứ gợi tình đóa phù du
Hé thêm một chút sương mù hanh hao

)(
h o à n g x u â n s ơ n @28aout2023
[một ngày huyết áp trồi sụt]

DẠ KHÚC

Khúc đồng điệu
Những âm vang
Hữu tình sơn thủy thênh thang
Nhịp hoà
Nao lòng điệp khúc chim ca
Sáng hang
Tối động
Tinh hoa đất trời
Thật diệu kỳ tạo hóa ơi
Giai nhân phiến đá
tựa
Ngồi như tranh
Như bay lượn
Những mong manh
Thủy hồ ngọc bích trong xanh hữu tình
Gió vờn chạm chiếc môi xinh
Nghe hương vị ngọt
Nguyên trinh đượm màu
Chợt cười hồn lạc phương nao
Hồng hoang một thuở
chiêm bao lạ lùng
Huyền êm
khúc hát du dương
Sợi se hạt luyến sợi luồn vào không
Nâng niu ủ ấm tơ lòng
Cơ duyên liền mạch tận trong tâm hồn

San Phi

BV Hồng Đức April 29th, 2023

NGOẠI BIÊN

làm sao một ngọn gió lào
bay qua nồm việt
lại lao xao tình
xuôi tôi về hướng lặng thinh
bình nguyên
thảo dã
xanh hình tích em
mỗi nhánh sông một nỗi niềm
mỗi con bến đậu
tình niêm phong   tình
như mầu nắng
ngậm rêu xanh
trên vai bụi náo
thị thành soi nghiêng
thúy em và chiếc ảnh
hiền
như trong linh sự
triền miên tháng ngày
thôi cùng nức nở bàn tay
để cho hương nguyện
lên đầy náu nương

)(
h o à n g x u â n s ơ n
28 tháng 8, năm 23

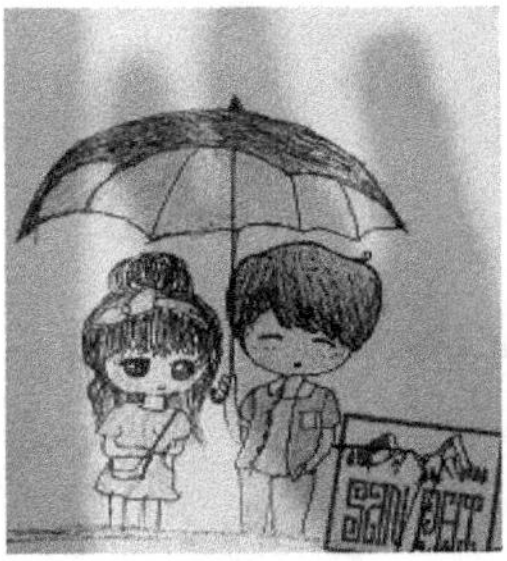

DẠ CẦM

Khuyết em nửa mảnh nguyệt xa
Để tình nhân khóc trăng ngà tìm nhau
Dạ ngân tơ cuộn sóng trào
Nâng lên cạn nguyệt mơ câu tương phùng
Khuyết trăng nửa mảnh chân không *
Gầy sương hạt rớt lưng chừng phiến âm
Tận kiếp nào đã hồng ân
Vòng xoay bất dịch Huyền trân nhiệm màu
Tình vừa bén đã đậm sâu
Thúc thôi tim đập tinh cầu sợi tơ
Trường khuê vạn ngã bất ngờ
Cơ duyên liền mạch ươm mơ
vĩ hoà*

San Phi
Go Vap April 4, 2023

CUNg tƯỞng

Cúi về nhặt bóng hương say
đêm. qua thảng thốt giấc đầy mộng thơm
từ lâu không ngủ với miền
chia đi thang mật giữa triền miên âm

nghe đau một buổi thất cầm
ngón sương đã lụy màu nhâm nhẩm buồn
thì người vẫn rộn cung thương
tình tang vẩn thạch in tuồng dấu bi

Chim bay bỏng vết vàng quỳ
mùa len rươm rướm cùng nghi hoặc này
xanh trời đâu biết rằng cây
đã che đi mất tuổi đầy lá xuân

giữa trăng và ngọc thất thần
miếng đeo giọt ngực chìm ân túy tràn
thôi màu còn định quan san
tình còn nồng thở với đàn loại suy

h o à n g x u â n s ơ n
3:04@m 29.9.20

NỢ

Vợt hờ
hứng hái sao đêm
Kìa bên nắng ấm
dõi tìm sương mai
Tương tư một ánh trăng cài
Mong manh
sợi nhớ lòng gầy
vết chêm
Giọt sương rơi
Giữa màn đêm
Chút duyên ngược gió càng thêm bão lòng
Hờn cũng không
chẳng hanh dong*
Chỉ mong khởi sự phục dòng thời gian
Rơi rơi dìu đặt cung đàn
Phơi tà áo
[nhũ]
Đa mang phận đời
Ừ thì nhịp lỡ mất rồi
Hữu luân*
Con tạo thành đôi tương phùng
Nợ nhau một lối bước chung
Lời thương chạm khẽ
Vợ chồng
Ngày mai
Thì thôi phận số an bài
Đành yêu
Thầm lặng chẳng tài đổi thay.

San Phi
Govap March 24, 2023

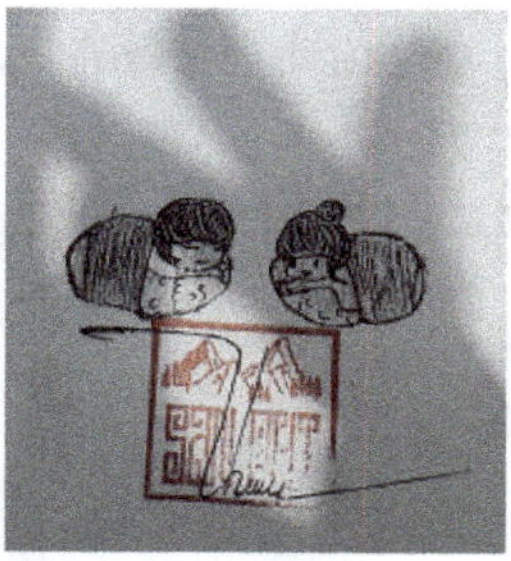

S A O M Ư A

Sao sa vừa chín cơn nồm
xuân mang vào hạ chút thơm của rừng
phố nhà tôi ở mông lung
một hôm thoái vị vết nồng của chim
trong cơn bỏng lửa truy tìm
rát trời ôm một bóng im tuổi vàng
xế tuần biển hát lang thang
sóng xô đi hết khúc nàng nhiễu âm
một hôm tượng tạc rất thầm
bàn tay của đá phương châm của đời
nơi xó tình bẫy niềm vui
hạt châu đã miết chuỗi cười lưu ly
sao mưa nhớ quá quỳnh quỳ
ánh mắt hồ lộng ngàn my thẫn thờ
chiếc xước đã chìm vào thơ
mưa mưa tóc ướt bụi bờ man nhiên

)(
h o à n g x u â n s ơ n
14 tháng 5, 2022

MẢNH GHÉP CHO EM

Là anh ngọn nắng mê hồn
Là anh mưa chớp mang vương bóng hài
Như nguồn điện giật qua tay
Như tia sấm chớp dáng cài trong em

Là anh ngọn gió lướt tìm
Bông đùa lọn sóng huyền êm mượt mà
Gió ru nụ thắm hương xa
Làm choáng ngợp một dáng ngà lưng ong

Thả luồn sợi luyến vào không
Là in khắc khảm dấu trong thì thầm
Chỉ một giọt đã trăm năm
Bừng lên cơn khát mạch ngầm sóng khe *

Tình anh và chuỗi cơn mê
Là trăng cổ tích kết se nhiệm màu
Là nến sáng là ánh sao
Là vầng dương tỏa đượm màu. huyền cơ

Dẫn ta về những lối mơ
Hòa vào sương khói thẫn thờ đê mê
Nghìn trùng giữa chốn sơn khê
Từ anh mảnh ghép ngủ mê tháng ngày

San Phi
Gò Vấp May 15th, 2023 5:45 PM
**Sóng khe / hiện tượng vật lý, nhiễm xạ, sóng điện, nước, giao thoa với lực đẩy mạnh.*

D Ạ. K H Ê

Mắt đêm rịn ướt hương nồng
Hồn tôi chạm thấu mênh mông cửu huyền
Uống môi ngo(a)n. mật. tinh truyền
Đi lâu diêm hải qua miền trắng da
Ta còn một khoảng sương sa
Nếm qua vị mặn xuống là đà nhau
Tình như một súc gỗ nâu
Đã tôi luyện thấu sắc mầu như nhiên
Ghé đây anh đưa qua miền
Hà khê mộng mị trường thiên suối nguồn

D Ư H Ư Ơ N G

Niềm hoang ở đâu xa vời
Sờn vai một chút còn nơi để về
Bóng nắng chìm lục màu khuê
Người ngồi tựa cửa sao mê mỏi nhìn
Khoảng cách nào nguội tay vin
Ờ rồi bóng nắng đã in vào tường
Vôi câm trắng vụng tà dương
Nghe đâu sương đã cuối đường rong chơi
Chiếc cúc ai lạnh khuy đời
Vết huyền bỗng lạ lẫm nơi ngọc ngà
Hoang cầm khải vọng bài ca
Chợt ru nhau chút lụa là âm vang
Thu an thu an thu an
Cầm bằng chiếc lá nọa vàng du khương
)(
h o à n g x u â n s ơ n
5 juin 24

TƠ & HUYỀN CƠ

Đặt bàn tay
Níu không gian
Ngắm trăng giao hội
Ngắm màn sương rơi
Ngủ ngoan nào nỗi nhớ ơi
Cài thao thiết bóng rẽ đôi
hai chiều
Tơ trời sao buộc trớ trêu
Sơn hà cách
Những tịch liêu giang đầu
Một trái tim chết từ lâu
Bỗng hình khắc khảm
in sâu đáy hồn
Gió vờn chạm đóa môi non
Gió lay sóng tóc bồng thơm suối bờ
Dịu dàng anh đến như mơ
Và ghi khẽ những khung chờ ái yêu
Là nỗi nhớ ủ men nhiều
Tình lớn dậy
Có phải điều. Huyền cơ?
Ráng choàng * về lối những mơ
Mềm ru tình khúc bến bờ non sâu
Phía trời xa chợt nghẹn ngào
Ta hong lau những giọt châu hao gầy
Trăng tìm khuya
Trăng nhớ ai
Em len vào những mộng cài tìm anh

San Phi

Can Tho May 29, 2023 9:50pm

**ráng choàng / tia sáng bao trùm một khoảng trời.*

CÔNG QUẢ

xin em chứng quả giùm tôi
trên con thuyền thúng
tôi ngồi mong manh
gió cầm tay lái

chạy quanh
em không chóng mặt
tôi đành con quay
búng đi

trời đất dạn dày
tôi như miểng vụn loay hoay chuyện tình
à thì nữ sắc chông chênh
cái tôi tưởng có

đã kênh kiệu rồi
thôi thì thuyền thúng và tôi
gió cuốn hút bằn bặt
biển khơi
chìm
)(
h o à n g x u â n s ơ n
10 Nov. 23

HÀ NGUYÊN DU
Đọc thơ "Lục Bát Nguyên Xuân"

Duyên khởi - thêm mới hồn thơ.
Cảm thức *" sáng hoá " sinh hiện tượng...

SAN PHI

Duyên khởi đi từ một người làm thơ rất trẻ... Là một cô gái thật xinh với nét phúc hậu ơi dễ thương làm sao ...

Trên bước chân độc hành trường, đã như một mặc định khiến cho cô gặp được một tài năng "*ngôi sao*", một nhân tố "*đậm muối mặn*" của biển... Đó là cô gặp được *Thi sĩ Hoàng Xuân Sơn*

... Một bước chân lão thành thuộc bậc cha anh đi trước... Từ đó cô Nguyên Thu, "*với bản thể sẵn vốn giàu tính đột phá,* tính hiện đại và *cách tân.* Nên bước chân đi hia của cô dễ dàng nên danh là ***Nữ sĩ San Phi*** bây giờ..."

Với trí tinh thông nhanh nhẹn, cô bước đi dưới lung linh sáng soi của vầng trăng tin yêu.... Chỉ có thể gọi là "*song bước*" ... Bước song bước ấy chỉ trong phút chốc thôi ... *Cô đã đốn ngộ nhập đạo thi ca.* Mọi kiến giải của cô như một chìa khóa khai mở, có thể gọi là ngón đả thông tạo nghiệp cho bước *"*sáng hoá*" theo phong cách ** "*chế tác* " mọi loại hình nghệ thuật như trong sinh hoạt hằng ngày của mình.

Qua những dòng dẫn nhập trên, tôi rất mạnh dạn để tin rằng: Với tư cách *** *"chính nhân" hay "chứng nhân"* của mình để ca ngợi … Nữ sĩ San Phi : *"một hiện tượng"* , một xuất hiện *hy hữu trong phong cách diễn đạt, làm mới ngôn ngữ Mẹ của mình, một cách nhiệt quyết và chân chính:*

Mới, Lạ, Riêng, Độc đáo ... đến không ngờ, có khi kèm theo chút kinh ngạc nữa là khác!!

(chỗ bất ngờ hay kinh ngạc nhất chinh là tuổi tác trẻ trung của nàng Nữ sĩ này. Hồi đầu, tôi cũng như nhiều người, khi đọc thơ nàng cứ tưởng nàng già dặn lắm cơ!)

Điểm nổi bật nhất để *(không chỉ riêng tôi) mà cò rất nhiều người trên các diễn đàn thơ*, cũng mạnh miệng khen cô: "còn lắm trẻ trung, mà tạo được nhiều *"điểm son nét sáng"* để có thể không ngại gọi cô là một *"hiện tượng"* có thật!!

Với Bút Pháp, với Thi Lực, với Phong Cách riêng biệt *"ắt có và đủ"* để phải thốt lên rằng *San Phi* là một tài năng hy hữu ở trong nước. Cô được sinh ra ở giữa thời kỳ của hậu bán đầu thế kỷ 21, sau sự kiện thay ngôi đổi chủ của quê Mẹ Việt Nam gần đến 20 năm. *Dù phải trải nghiệm bao thăng trầm hay qua nhiều thử thách nào, hậu vận cô cũng* có tính *biểu tượng là "con số đỏ"!!*

Xuyên suốt qua những sáng tác của cô, cách cô dùng những con chữ, phát ra từ tâm Phật, rất *giàu cảm thức nghệ thuật thi ca*. San Phi có phong cách *rải chữ, gieo nghĩa … thật lung linh như ánh sáng, mát tay như lụa và mềm mại* "như trăng"*(chữ khen cô của Poet HXS)* …

Một lời khen chân thật phát tâm từ bước song hành của Hoàng Thi Sĩ … Ông như *"Tượng trưng là vì sao long lanh trên bầu trời thi ca!!"* (Nhất là có vẻ như độc tôn về thể 6/8 đi kèm với tên tuổi của ông) .

*Thế n*ên cả hai nhân tố như một hòa lẫn, như một song ứ*ng, như một họa vận* … Nhất là như một phong cách trộn lẫn *giữa bán cổ điển, giữa nửa hiện đại và hâu hiện đại.* Lưu ý đặc biệt là trộn lẫn *giữa trường phái tượng trung, giữa siêu thực* và hiện thực … Phát sáng và lan tỏa nhất là *"Ấn Tượng"* phái!!

SAN PHI & HOÀNG XUÂN SƠN CÓ TÍNH NHẤT QUÁN:

Minh chứng rõ nét nhất là phong cách : Thường xuyên áp dụng các phép tu từ rất hiệu quả, làm tăng tính xúc tác và thăng hoa ngữ nghĩa của mỗi con chữ .Những phép rất căn bản của **Hai Thi nhân** luôn dùng như phương thức giải mã Thi Ca.

Với **San Phi** dường như cân bằng như hai cánh chim lướt gió. *(Cánh* gây Ấn Tượng và cánh tạo Nội Lực*)*

A/ Tìm chữ, chơi chữ, như tìm *"hạt giống chữ để gieo nghĩa"*, chừng như khéo tay

B/ *"cấy" ẩn dụ hay hoán dụ sâu sắc với tính như lí lắc, vui đùa*

C/ phép so sánh hay cách tỉ lệ, cùng với phép hình dung, phép liên tưởng … Tất cả các phép đều mang tính chất hơi lạ lùng mà kỳ thú!!

D/ *Dùng nhiều phép nhân cách hóa, nặng tính siêu thực*

E/ *Phép điệp ngữ, điệp từ hầu như ít khi sử dụng*

F/ cách nhả chữ có tính sắp xếp nhưng cũng lả lướt, mềm mại, đôi khi dễ dàng mà cũng thật bất ngờ làm người thưởng thức đọc thơ tưởng chừng hụt hẫng

G/ *nêm vị ngọt ngất, có khi khéo "lắc léo" qua cách* đối xứng câu chữ và *luyến láy mang tính "sex" rất gợi cảm, mà* ý nhị và kín đáo!! (tôi rất thích lối **hâm nóng** sinh năng lượng này)

H/ tạo ấn tượng ngay vài dòng chữ đầu như món ăn vật chất, gắp đủa đầu tiên là hợp khẩu ngay!!

"*Tôi, rõ ràng là, qua xuyên suốt bề dầy văn nghệ, không hề có vai trò hay áo thụng vái nhau, hay phê bình gì trọng chốn lao lung nhiều háo danh, bon chen này!!*"

Vì vậy, tôi không chút ngại ngùng khi vui vẻ viết bài này theo yêu cầu, nhất là cũng không ngại ngùng khi nghĩ đến câu "*múa rìu qua mắt thợ* " với Thi huynh Hoàng Xuân Sơn...

SAN PHI:

Khi nghĩ đến lời khen ngợi của tôi với Nữ sĩ San Phi, thì phải: *Nói có sách và mách có chứng như sau:*

Tình Như Vạt Nắng.

Hột sương đêm
Giọt nắng ngày
Mong manh
Chỉ một phút say **ngật ngầy**
Cánh hồn nhiên lạc mắt ai
Để cho **núi**. cũng biết ngồi ngẩn ngơ
Cái chớp của một khắc chờ
Mà sao cảm tưởng như *thơ lạc vần*
Nghe tuồng như **rũ rượi trăng**
Va nghe như hạt nhớ luồng vào tim

Anh ơi!
Cuộc đuổi bắt. tình
Khởi từ điểm xuất em xin được hàn
Anh. Huyền ảo như sao trăng
Con tim khắc bỗng lạc vùng thiên thai
Ờ …
Thì xa tựa trời mây
Hãy tin
Nhật nguyệt vẫn say giấc tìm
Ta và nhau một chút tin
Chỉ một chút đã rình rang yêu.
Yêu như **hạt nắng đã chiều!**

Từ thời của Đại Thi Hào Nguyễn Du, xuyên suốt bao thế kỷ, văn nhân thi sĩ dùng biểu tượng: **trăng, hoa, ong, bướm, mây, gió, tuyết, núi, sông hồ, biển cả**..v..v.. *Nghĩa là dùng ngoại cảnh điễn đạt nội tâm. Mỗi người mỗi khác…*

Riêng với San Phi:

Người nữ thi nhân này, tôi cho rằng nàng dùng ngôn ngữ rất đổi bình thường, nhưng nàng đan đan dệt dệt hay gieo cấy trong ngụ ý, trong ẩn mật như thế nào đó … như một tay *có phù phép ma thuật* với con chữ:

Tình Như Vạt Nắng… *(mỗi tựa thơ nàng dùng đều gây ấn tượng) Tôi, dù có làm vai trò phân tích thơ cho bất cứ ai,* là cũng *như một người cất công "đãi cát tìm vàng"*

Qua với San Phi, vàng của nàng rải đều trên lớp mặt rồi. Nếu **** *"vạch mây tìm trăng"* nữa thì tuyệt hơn ơi hỡi!!

Tại sao tình mà như "vạt nắng" ? *(Vạt nắng… đối ứng với những cái không toàn thể, như tà áo, mảnh lụa, chùm tia, góc trời, mãng, miếng ..v..v..*

Trong thiên nhiên, luôn hài hòa giữa mưa và nắng. Nhưng người ta thích chọn, thích hưởng, thích nói về **nắng** hơn là đề cập đến mưa bay gió cuốn mang tính bi qua sầu thảm.

Chính ***"Nắng"*** mới mang năng lượng tích hợp cho muôn sinh. Nhất là ***"nắng"*** được diễn cảm trong văn chương thi phú thì quá tuyệt vời. Vì ***"Sức nắng"*** – sức gây *sinh sôi cho dung nạp năng lượng* cho nguồn nhựa sống, nhất là trong tình yêu giới tính). Nói đến *sức nắng* chói chang là nói đến tình anh "anh yêu em", một mối tình si!

!

Tình Như Vạt Nắng (trích)

Anh ơi!
Cuộc đuổi bắt. tình
Khởi từ điểm xuất em xin được hàn
Anh. Huyền ảo như sao trăng
Con tim khắc bỗng lạc vùng thiên thai
Ờ …
Thì xa tựa trời mây
Hãy tin
Nhật nguyệt vẫn say giấc tìm
Ta và nhau một chút tin
Chỉ một chút đã rình rang yêu.
Yêu như **hạt nắng đã chiều!**

Ơi **hạt nắng** (khô nhựa sống) **vì đã chiều**!

(nghe xót lắm như tuổi nắng "giờ hết nóng" vì đã chiều, đã nguội ngắt cong queo, *hết còn làm ăn chi nữa trời!!)*

Hột sương đêm *(của em??)*
Giọt nắng ngày *(của anh??)*

Nhật nguyệt vẫn say giấc tìm

Ta và nhau một chút ***tin*** *(ta và nhau là có sự tan chảy trong nhau, tuyệt ý luôn)*

Chỉ một chút đã rình rang yêu.*(rình rang ở đây không dồng nghĩa với chiêng trống, nàng muốn nói đã yêu nhiều ấy mà)*

Trên đây… chỉ là sơ nét của một ẩn dụ tuyệt vời ấy a…

Tôi xin copy nguyên bài thơ "Hái Đóa Trăng" bài thơ rải từng chữ thật ấn tượng với nội lực thâm hậu của bài thơ mà tôi cho rằng" Trên mặt những con chữ bình thường phẳng lặng" … Tầng phía dưới là một cơn sóng ngầm dữ dội). Mời đọc bài thơ dưới đây:

Hái Đóa Trăng
Anh
Ngôi sao đã tượng hình
Khi trời đất
Thổi
phục sinh nắng vàng

(nghĩa là anh, trở thành vì sao trong không gian…
bay bướm của anh)

Khi con chữ biết đi hoang

(nếu là bài thơ của tôi, "đi hoang",
thành " ***truy hoan*****" ơi thích làm sao!!**

Bóng đêm
Anh sáng
Cùng hân thưởng tình

Anh viết sao thức gìn đêm

(gìn vàng giữ ngoc …nhưng gìn - ở đây
Nàng muốn nói rằng khi anh làm thơ cho em, thì em thao thức
canh chừng đến khi xong bài thơ – hay lắm)
Qua khe lá
Em lục tìm trăng hoa

Chia anh chiếc bàn tay xa
Vũ trụ vỡ ối giao thoa nồng nàn

(tôi phải nhắn tin hỏi nàng cho ra lẽ, tại sao cô dùng:
Bàn tay mà gọi rằng **"chiếc b**àn tay" */ À thì ra…*
Tôi không thấy văn nhận thi sĩ nào mà so sánh thâm hậu như thế.)

Trắng bông tuyết trắng nhỏ xinh
Trổ lên ngọn gió khúc bình minh vang

Vén mây hái vội đóa trăng
Một lần vén đã in hằng
Trăm năm.
San Phi 6.1.24.

Vén mây hái vội đóa trăng
Một lần vén đã in hằng
Trăm năm.

Ơi tôi không có lời khen nào xứng với chất hay của ẩn dụ có sức mạnh
gây mê người đọc, qua 4 câu kết của bài thơ *Hái Đóa trăng* như trên.

Kế đến với bài thơ:

KHOẢNG TRỜI YÊU ĐÃ BẮT TIN (trích)
…..
Rót ta nửa chữ đồng dao
Thiền *ta cạn uống người đâu cận người*
Ta từ ***thiền tâm*** *chơi vơi*
Câu thơ bỏ lửng dòng đời ngã nghiêng
Trăm mơ nguyên bản thuyền quyên
Ta khờ, ta nằm, ta lênh đênh tình

(Thức ta nét mực còn in
Thức ta mắt ướt hỏi tình nhân đâu?)
…..
Khát khao từng giọt trăm năm
Thèm tìm con chữ, từng ***chăm chút*** tình
• *Trong bài "Khoảng Trời Yêu* Đã Bắt Tin" này, *tôi tâm đắc đến những bốn câu:*

1/ **Thiền** ta cạn uống
2/ Ta từ **thiền** tâm
3/ **Thức** ta nét mực còn in
Thức ta mắt ướt hỏi tình nhân đâu?)
4/ **Khát khao từng giọt trăm năm…**

Thiền ta… (San Phi là con nhà Phật, nàng có thời gian theo học Phật, qua lời nàng kể)

Thức ta: (*chúng ta có thể hiểu nghĩa "thức" nàng dùng cho thơ, cũng như đa tầng đa nghĩa trong Phật học, triết học, toán học hay nghĩa trong sinh hoạt đời sống)*

Thức ta nét mực còn in
Thức ta *mắt ướt* … (ý nghĩa thậ*t thâm sâu)*

TRẦM LUÂN (trích)

Cánh *trăng* gầy

***Cánh** trăng??* (ơi trăng mà có cá*nh, tuyệt lắm Nữ sĩ ạ)*

Sỏi xanh xao *(Sỏi cũng biết xanh xao?? Ô la la… nhân cách hóa hay lắm luôn!!)* (Nhân cách hóa như Nhạc sĩ Trịnh Công Sơn trong bài Diễm Xưa: Làm sao em biết bia đá không đau?)

Dấu hài đã lặn ***buồng cau*** đã già
Lời ước hẹn, người với ta
Dạ quang *thắp bút bực nhòa nhạt tan*
Khi từng chiếc lá lìa cành
Lặng người từng bước xa dần dấu chán

Đừng. [anh]
Anh đừng bước. **san**
Phía trước vực thẳm sau nàng.
Cõi mê
Dấu hài đã lặn ***buồng cau*** đã già
Dạ quang thắp bút bực nhòa nhạt tan

Ừ nhỉ: Sáng tác mà có ánh dạ quang soi thì tác phẩm mới đúng là ***Sáng tác phẩm***

Đừng. [anh]
Anh đừng bước. **san**

Trong bài Trầm Luân, có 3 câu thật ấn tượng, qua cách diễn đạt cổ điển " *bước chân quá khứ* " như: (***dấu hài đã lặn****)* Và *qua mô tả hiện tại mang* tính *chất vọng cố hương như:* ***(buồng cau đã già*** *)*

Và một câu tâm đắc nữa:
Với:
Đừng. [anh]
Anh đừng bước. san
Nàng như khẽ gọi người đang dõi bước chân tình

của nàng, gọi đến hai chữ có tình đảo ngữ rật tình tự : đừng anh **... anh đừng** ...*bước .* **san** *(bước có dấu chấm (.) lững ... nhưng vẫn lững thững vượt rào cản ngữ nghĩa (cách dùng riêng của một số người muốn tạo cho mình cách tân riêng, trong đó có Thi Huynh HXS, Đức Phổ - nay đến San Phi ...*

Nhưng: Anh đừng bước, **san** (chữ **san** viết thường, ngụ ý tạo màn che cho nghĩa chữ **SAN** (viết hoa) ... Chúng ta có thể hiểu rằng câu đó nàng nói rằng: Anh đừng bước đến em (SAN PHI)

Tôi có thể nói rằng Nữ sĩ San Phi là một Nhà thơ nữ có đặc điểm nổi trội nhất (*như một one way*) về phong cách chuyển ngôi vị qua ẩn dụ xuyên tầng, vượt qua văn phạm tiếng Việt: Đã là *(Danh từ, Tĩnh từ)* San Phi biết chuyển qua phái tình hay ngôi vị. Tất cả mang tính động: Là *(Động từ)* hay mang tính Action trong tiếng Anh...

Đặc biệt lắm thay như thấy xuất hiện thường xuyên trong thơ của nàng:

TRĂNG, HOA, LÁ, GIỌT, HẠT, SƯƠNG, ONG, BƯỚM

(tôi rất thích cách ẩn dụ đan lưới mang tính Sex rất diễn cảm, *hay cách biểu đạt gợi tình một cách ý nhị, và duyên dáng lắm lắm của San Phi)*

Ô hay... *SƯƠNG ĐÊM* đâu mà thấm đẩy ... ngực??
Ô hay sao mà gọi là " *CHIẾC LÁ*" ... *Lá gì mà treo ... sao lại treo lá ... ơi chiếc lá phải yêu đến ngất người (phải không?)*

Một trong những trọng điểm đắc địa nhất của

San Phi là áp dụng cách **"giật tít"** *(nhưng không câu view đâu nhé)* theo *"tam giác đáy đi trước"* của nghệ thuật viết tin cho người làm báo tin tức là :

Đặt cái tựa (như một kết luận sớm, chứ không phải đưa tinh hoa lên trước mà gọi là *xuất tinh sớm* đâu nhé quý vị)

Như: **Hái Đóa Trăng…** *(làm sao ta diễn giải cho hết* ***"ấn tượng phái"*** vô *cùng sâu sắc của* 3 chữ trên: gợi tình và gợi dục không sao kiềm lòng!!)

Thiền Mơ (trích)
Người đi để lại chút tin
Để ta ôm lấy lòng mình**. thiền mơ**

MƠ: *là mơ mộng, là giấc mơ, mộng mơ, ước mơ, mộng mị, là chiêm bao (tôi chỉ giải theo động từ mà thôi)*

San Phi … *yêu đến cực đại dẫn đến phải dùng thiền định là cô* ***"thiền mơ"*** *là dữ dằn quá luôn á!!*

Và thử đọc bài thơ này xem có "Lạc Hồn" không?

LẠC HỒN
Gió thổi mây
Gió thổi hoa
Thổi tôi giấc ảo sa đà
Khúc mê
Vào anh quên **bẵng** lối về
Gió ơi đừng thổi
Ta nghe **lạc hồn**
Ta như nghe thấu cô đơn
Ta rưng rưng sợ hoàng hôn **tan ngày**
Ta khóc khi chiếc lá bay
Ta đau khi đóa trăng gầy ruột
Quên
Lạnh lùng như chưa từng quen
Điếng lòng một thuở nào nghèn nghẹn xa

Ừ, còn ta và chỉ ta!
Níu- Buông- Mê- Tỉnh, thức
Là cơn mơ
Trong nguyên bài Lạc Hồn này, đọc lên từng câu nghe ơi thương ơi xót quá về: *tính cực kỳ lãng mạn của nàng :*
***Vào anh** quên **bẵng** lối về*
Gió ơi đừng thổi
*Ta nghe **lạc hồn***

*Nghe thấy thích lắm với chữ **Vào anh** (kia ơi)*

Hay:
Lạnh lùng như chưa từng **quen**
Điếng lòng một thuở nào **nghèn nghẹn** xa
‘

Và một điểm son đáng lưu ý nhất của nàng San Phi là ngoài cách nhả chữ “*buông lơi lơ lơ lững thững*”, cách *ghép từ xuôi ngược*, nhất là cách ưa dùng câu tám của lục bát : Sau chữ thứ 5 là “động từ kép” rất phấn kích với tính mướt mượt ý nghĩa thôi thúc, dù chữ thứ hai chỉ là chữ đệm thôi, nhưng đọc nghe hay hay làm sao: (San Phi dùng nhiều cách này…)

*“Nhất là ai có dịp đọc 10 bài **“Tản Thơ” … Tản thơ*** là sở trường nổi bật nhất, *một dấu mộc vàng*, một ấn tín đậm son … *đống dấu ấn tín* vào chương sử thi ca của Nữ sĩ San Phi)

Lạnh lùng như chưa từng **quen**
Điếng lòng một thuở nào ***nghèn nghẹn*** xa
…
Tóm lại với Thơ Nữ sĩ San Phi:
Chữ nghĩa mềm mại ***“như trăng”***, đẫm lãng mạn

gây sóng ngầm, ướ(c)t sũng đam mê. Sức hút và sóng rung con chữ **như bùa chú làm lạc *"hồn"*,** làm quên "bẵng" lối về…Những con chữ **thật ấn tượng…**

Khi đọc lên "món chữ" qua đôi đủa cảm thức, thì tôi tin rằng ai cũng phải gật đầu Ok !!

Còn một bài thơ sau cùng người Nữ sĩ:
HÌNH NHƯ HAO GẦY TRĂNG (trích)

Ba cười Ba khóc, từ con
Hằng tâm nghe thấu công ơn ngập tràn
Muốn dìu Ba trốn thời gian
Nhìn qua khung cửa lá vàng ngợp buông

Con chẳng tìm thấy con đường
Vượt qua thiên kết tròn vuông cửa trời
Còn phải làm sao ba ơi!
Con thơ trẻ. bước trợt. đời rêu thêm

Làm sao thắp nắng cho đêm
Làm sao trân trọng dìu êm nguyện đời
Và xanh thêm chiếc lá cười?

Giá trị đích thực của mọi con người sống trên trần gian này vượt qua hết để đạt được **"ĐẠO LÀM NGƯỜI"** Nếu gọi là NGƯỜI hay là NHÂN, điều tất yếu không thể không có đủ hay không hội tụ được những TỐ CHẤT CĂN BÀN nhất, để xứng đáng gọi là người NGƯỜI, NGƯỜI CÓ ĐẠO LÀM NGƯỜI, NGƯỜI CÓ CĂN CƯỚC HAY CÓ NHÂN CÁCH:

Người sống có *"đạo làm người"* là người sống với nhân nghĩa, sống với lòng ***tử tế***. với sự độ lượng, với vị tha, sống với hy sinh giữa cho và nhận. Nhưng gom lại tất cả những đức cao đẹp trên … Chỉ có một Đức cao quí nhất dẫn đến đạt đạo làm người, chính là chữ Hiếu. Chỉ một yếu tố lớn lao và trọng đại nhất là ***Sống Hiếu…***

Bài thơ **HÌNH NHƯ HAO GẦY TRĂNG** này tôi chọn để kết luận cho những dòng viết về Nữ Sĩ San Phi … Một Nhà thơ Nữ có lòng **HIẾU THẢO** được xếp vào hàng đầu, của những người làm thơ Việt Nam…

Xin mời quý vị đọc kỹ bài thơ "Hình Như Hao Gầy Trăng" trên. *(tôi xin miễn diễn giải nữa, vì* bài viết về thơ Nàng cũng khá dài.)

Xin trân trong cảm ơn quý vị kiên nhẫn đọc. Và xin hiểu cho rằng tôi không phải là một nhà phê bình, mà chỉ thể hiện vai trò của người giữ vườn thơ, *thấy hoa đẹp hoa thơm là khen thật, chỉ thế thôi!!*

Bây giờ thì tôi xin "mạo muội" đọc đến *(hoàn toàn không dám múa rìu)* qua Thi Huynh Hoàng Xuân Sơn, một Thi sĩ đã thành danh sáng lóa, nhất là thể loại Lục Bát, một thể loại được kèm theo tên của Thi sĩ đi vào chương sử văn Học Việt Nam thời Hậu Hiện Đại…*(Lục Bát Hoàng Xuân Sơn)*

II. HOÀNG XUÂN SƠN

Như tôi đã dùng cái tựa cho bài viết về hai Thi sĩ San Phi và Hoàng Xuân Sơn:

Duyên khởi thêm mới hồn thơ…
Cảm thức * "sáng hoá sinh hiện tượng" …

Duyên khởi đi từ **(hai)** người làm thơ, **một** đi trước và **một** đi sau. **Một** đi trước xuyên qua hai thế kỷ, có bể dầy cộm lịch sử với ngập tràn biến động và sôi sục thăng trầm…

Hai đi sau, sau rất xa thời gian là người Nữ Thi Nhân được sinh ra trong thời kỳ *"ngừng biến động máu lửa"* chuyển sang giai đoạn *"Thử thách với thiên đàng địa ngục"* qua xây dựng và cải cách …

Điểm qua hai thế hệ của người làm thơ, tôi tìm thấy rõ nét *về **cả hai*** như một mối *"duyên kỳ ngộ"* của sự mặc khải linh diệu … *Cả hai, như tôi đã kể trên về những điểm chung sáng ngời như một thuộc tính có chất hy hữu…*

Với Thi sĩ **Hoàng Xuân Sơn**, qua từng con chữ, từng cách ẩn dụ, cách diễn cảm hay biểu đạt đều mang dấu ấn nặng tính triết học nhiều hơn người Nữ Sĩ mang tên San Phi trong bài viết này… Với Hoàng Thi sĩ có điểm son nổi trội mang ngữ nghĩa triết luận là vì ông tốt nghiệp cử nhân khoa Triết Học Tây Phương của trường Đại Học Văn Khoa Sài Gòn trước năm 1975. Và kiến thức họ Hoàng có thêm bằng Cao Học Chính trị Kinh Doanh nữa…

Sở dĩ tôi kể ra hết tài năng của ông nhằm minh chứng cho những điểm son sáng lóa về con đường Thi Ca mà ông dốc hết đời cho từng sát na theo đuổi, không một phút "mệt nghỉ " giữa lưng chừng đồi!!

Trước khi làm công việc đọc thơ qua chân tâm hay lòng thành của tôi khi cảm nhận về chất sáng tạo của thơ, nhất là thơ Lục Bát…*(Tôi không đề cập đến xuất xứ hay quá trình nghiên cứu về sự phát triển của thơ Lục Bát qua hằng thế kỷ)* mà tôi chỉ đề cập đến thời kỳ hiện tại chúng ta đang sống…

Hãy nghĩ một cách đứng đắn mà ai cũng công nhận: **Thơ *Lục Bát*** là quốc hồn quốc túy của dân tộc Việt Nam mình.

Tôi ghi nhận rằng Thơ Lục Bát đối ứng, nhập tâm mỗi sát na trong sinh hoạt hằng ngày của chúng ta, tưởng chừng như lục bát trở thành lời nói của tôi của anh và của em ..*v..v*.. Nhìn ngoại cảnh hay tiếp cận mọi đối đáp, tự dưng thơ *lục bát* bật ra như lời nói thường ngày trong giao tiếp hàng ngày…

Nhưng không đâu bà con ạ, đừng cứ mãi lầm tưởng rằng Thơ Lục Bát dễ làm …*(lầm hay ngộ nhận về chiếc nôi phát nguồn của thơ Lục Bát,* đã trải nghiệm hằng *thế kỷ qua*:

Phát nguồn từ *"nền văn văn chương bình dân"*, xuyên thấu đến nay đến nguồn *"văn chương bác học* . Chính lãnh địa của nền văn chương bác học này, đã bung tỏa mãnh liệt và sự phát tiết hết sức thăng hoa của *lục bát* … do công lao hết mình ***"cách tân lục bát"*** của *tiền nhân chúng ta, qua bao thế kỷ rồi* … Bây giờ đến thời đại chúng ta … Đã bắt tay vào công cuộc cách tân tiếp theo là " *khoát lên cho mỹ nhận lục bát một xiêm y lộng lẫy hơn*" Bây giờ thì có Nữ sĩ **San Phi,** có Thi sĩ **Hoàng Xuân Sơn** và có cả tôi nữa… *(dĩ nhiên thời hậu hiện đại này có vô số kể luôn)…*

Nếu so sánh theo phép hoán dụ về Văn Chương Thi Phú như là ***"món ăn tinh thần"*** thì:

Thơ Lục Bát … mới mẻ hay nhất … hay nhất … thì sự biến phát triển từ ***"bình dân"*** nay trở thành ***"sang cả"…*** Sánh như một ***"món ăn vật chất"*** thì như nhà hàng ăn *"thuộc loại sang, đắt tiền"* Người vào cửa hàng này phải dùng tiền "chẵn" như giấy "100 đô" hay nhiều giấy 5 trăm ngàn tiền VN chẳng hạn…*Như vậy mới* đủ tiền để *mua được món ăn mà mình chọn****…(Nghĩa là trong túi thơ của những nhà thơ làm lục bát cách tân phải có nhiều vốn chữ,*** mới sáng tác ra những bài **lục bát hay ho mới** được công nhận**…** (ý nghĩ so sánh ngộ nghĩnh của tôi đây: Lục bát *cô đọng như viên thuốc Tây ở* các Pharmacy) *Còn lục bát mà làm kiểu của vè bình dân của chị hàng xén*, thì dễ làm quá, xin miễn bàn!!

Có lần trong trà dư tửu hậu, tôi – " *vốn ưa chút*

khôi hài tan mây":

Tôi phát ngôn có tính vui nhưng mà là một sự khích lệ cho thử thách:

[Tôi nói: Nếu bạn được người trong chính giới hay ngoại giới, được mọi người vui vẻ. (đương nhiên hàng ngày gọi bạn là Nhà Thơ)… mà bạn làm bài thơ lục bát *"như vè"* hoặc sai vần lỗi nhịp , *làm xấu mặt thơ lục bát…* (nếu bạn là quân nhận, có cấp bậc chi đó … tôi – *"nếu có quyền là thượng cấp của bạn"* – tôi sẽ giáng cấp bạn tuột xuống còn là binh nhì cùi bắp]

Ối cha!! Tôi giật mình tỉnh ra mới biết là tôi đang dong dài với mớ lý vụn, tôi ngàn lần xin lỗi người đọc!!

**

Bây giờ đến phần tôi đọc thơ Lục Bát của Thi sĩ Hoàng Xuân Sơn, trong *song tác thứ hai*, (đối với Nữ sĩ San Phi và Thi sĩ Hoàng Xuân Sơn)

Tập: **LỤC BÁT NGUYÊN XUÂN**

Tôi đọc kỹ từng bài thơ đối đáp như *họa thơ* nhau với người Nữ sĩ họ San … Tôi thấy từng câu từng chữ thật hay và thật "muối" với ý nghĩa xuyên tận đáy tầng sâu của đan chữ, dệt nghĩa *"Rất* mướt rất mượt, có khi cứng cõi *với triết lý, có khi mềm mại* "như trăng" *của ngôn ngữ đời sống.* (chữ ẩn dụ thật ấn tượng) mà Thi sĩ họ Hoàng đã dùng cho ông, *cả cho lời khen đối với thơ của Nhà thơ Nữ San Phi…*

Trích bài đầu tiên của họ Hoàng Thi sĩ như sau:

TRƯỜNG KỲ BẤT BIẾN: (trích)
Ta rồi cứ rượt bắt nhau
Em thoắt biến
Hiện
Tôi **màu cánh cam**

Nằm trong **quả. vỏ**
Phi phàm
Làm sao nghe được già lam
chuyện tình
Nhìn
Một chớp mắt
Đã vin
Sức bật của nắng
Mẹ mìn của âm
Nói. ***gióng*** qua miệt tâm thần
Miếng che kiếng gió
Cũng lần lượt
Rơi
Về đâu
Tấm áo quan hoài
Chút mầu son nhạt
Đã phai cùng mùa

Trong bài Trường Kỳ Bất Biến …
Tôi màu cánh cam *(tôi phải tra từ và nghiên cứu)*
Nằm trong quả***. vỏ***
Phi phàm
Làm sao nghe được già lam
chuyện tình
Nhìn
Một chớp mắt
Đã vin
Sức bật của nắng
Mẹ mìn của âm *(mẹ mìn thì ai cũng hiểu ngồn gốc*
chữ sinh ra trước 1975)

Nói. gióng *qua miệt tâm thần*
Miếng *che kiếng gió*
Cũng lần lượt

Rơi

Miểng: *là những mảnh vụn vỡ, không sao gọi là " che" được, thế nên nó lần lượt rơi là đứng lý...*

Nhưng ý nghĩa là gì, tại sao có những câu trên trong bài thơ?? Phải chăng Thi sĩ muốn nói: (thúng sẽ không sao úp voi , vải thưa không che được mắt thánh, hay không bí mật nào mà không bật mí?? Có phải chăng?

Ấn tượng đặc biệt với những chữ nghiêng tô đậm trên:

(Rõ đây là trường phái ấn tượng của hai dòng thơ gặp nhau: *Duyên Khởi Thêm Đẹp Hồn Thơ...cho hai Thi sĩ.)*

Sự thật, tôi chưa hề bắt gặp câu, hay bài thơ nào, qua phép *nhân cách hóa, ẩn dụ hóa, so sánh hóa* ... một cách *không tưởng tượng được hay không lý giải nổi* qua cách dùng ngữ nghĩa cực kỳ phong phú hay vô cùng sâu thẳm như cách của Thi sĩ Hoàng Xuân Sơn.

[*Dù từ xưa nay, sống với niềm đam mê lý tưởng nhất là đọc thơ... (đặc điểm căn bản của tôi là nghiêng hẳn về sở thích đọc thơ người ... Vừa bổ ích cho tri kiến thi ca và ngược lại...)*

(Tôi hơi dị ứng với ai chỉ thích đọc thơ chính mình!!). *Tôi thích thú lắm trong cảm nhận hay gặt hái được nhiều cái hay sáng tạo của các loại hình thơ văn nghệ thuật của tha nhận]*

Thử minh chứng cho đôi dòng mô tả trên, qua khái quát nhận định của tôi về những điểm son trong từng ý thơ nghĩa chữ của họ Hoàng Thi Nhân:

Tôi màu cánh cam

(theo tôi tra cứu thì cánh cam của con ***bọ cánh cam*** mà các nhà nông nghiệp Châu âu, họ dùng như

dùng sứ quân dẹp loạn ... *Nói cụ thể nhất là dùng* con bọ cảnh cam *tiêu diệt hết những sâu bọ gây thiệt hại mùa màng. Họ dùng "bọ cảnh cam" như một loài cứu tinh cho họ, mà không mất khoản chi phí nào ảnh hưởng đến họ. Vì chính "bọ cảnh cam – thực phẩm chính ngon miệng nó* là bầy sâu bọ phá hoại mùa màng)

(Đọc thơ Hoàng Thi sĩ ... là phải áp dụng cách đọc thật chậm và vận dụng hệ giác qua thứ 1 là ***"thị giác"*** *(trong 5 giác quan) Đặc biệt hơn là dùng giác quan mà ông trời cho thêm trong giới VNS...* tùy vào mỗi người, *đó là giác* ***thứ 6*** *(giác quan của* ***cảm nhận*** *- proprioception, nhạy bén nhất trong người nghệ sĩ)*

Còn nhiều chữ rất đáng lưu ý trong bài Trường Kỳ Bất Biến (tiếp theo)
Hân ly *một chuỗi ban sơ*
Cực kỳ
Trong khuya có sớm
Thôi
Thì
Nhìn nhau **một phút** định kỳ
Thiên thu.

(tôi tô đậm những chữ trên, có chữ **Hân ly,** *(theo tôi Hay lắm, ý nghĩa sâu thẳm, nhưng tiếc một điều là không phải ai cũng hiểu...)*

Đến đây, tôi chợt nhớ đến Thầy Nguyên Sa – Trần Bích Lan

Nhà thơ (Thi sĩ) Nguyên Sa (Trần Bích Lan) Du học bên Pháp, đã học triết tại Đại học Sorbonne. Ông là một Nhà thơ lãng mạn nổi tiếng từ thập niên 1950, với những tác phẩm nổi danh như Áo lụa Hà Đông, Paris có gì lạ không em, Tuổi mười ba, Tháng sáu trời mưa, v.v... (có rất nhiều thơ được phổ nhạc đã nhập thấm sâu vào lòng người) Tất cả do khuynh hướng sáng tạo của ông: (là một gạch nối (-) giữa cao và thấp). Nghĩa là với Nhà thơ Nguyên Sa, không chỉ dùng dòng thi ca lãng mạn, dễ hiểu, mà ông còn dùng đến những dòng thơ tư tưởng nữa chứ!!

Ai đọc qua qua bài thơ này mà dám cho là bài thơ *"sến"* hay *"thấp"* không:

Tuổi Mười Ba (thơ Nguyên Sa) – trích:

Chân díu bước và mắt nhìn vương vướng
Nàng đến gần tôi chỉ dám... quay đi
Cả những giờ bên lớp học trường thi
Tà áo khuất thì thầm "chưa phải lúc...."

Áo nàng vàng tôi về yêu hoa cúc
Áo nàng xanh tôi mến lá sân trường
Sợ thư tình không đủ nghĩa yêu đương
Tôi thay mực cho vừa màu áo tím

Và bài thơ **Bây Giờ**... (Nguyên Sa)
(cũng dễ hiểu, nhưng chúng ta hiểu thế nào?)

Bây Giờ *(thơ trich 2 đoạn 8 câu trong bài thơ 20 câu)*

Thế kỷ chúng tôi chót buồn trong mắt
Dăm bảy nụ cười không đủ xóa ưu tư
Tay quờ quạng cầm tay vài tiếng hát
Lúc xòe ra chẳng có một âm thừa.

Cửa địa ngục ở hai bên lồng ngực

Phải vác theo trăm tuổi đường dài
Nên có gửi cho ai vài giọng nói
Cũng nghe buồn da diết chạy trên môi.

Tóm lại, người làm thơ chúng ta, dù có chạy theo hay tự chọn cho mình khuynh hướng sáng tác nào, tôi tin rằng: (Nhà thơ cũng nghĩ đến mình viết không chỉ riêng cho mình đọc, hoặc viết ra như miếng quyền cước để đánh võ với chính giới!!

Nhà thơ nào mà lấy chính nguồn *máu tim mình hóa thành mực* để viết ra câu thơ, con chữ và biến thơ thành hơi thở của buồng phổi mình, thì việc *"có chỗ đứng"* trong Văn Học Sử … chính là một sự đương nhiên và tất yếu.!!

Trở lại với dòng thơ Lục Bát của Thi sĩ Hoàng Xuân Sơn, tôi đọc qua, hầu như đều có cảm hứng, khi đọc qua bài nào mà tôi có nhiều cảm xúc hơn thì tôi trích dẫn hay để cập đến thôi (vì còn nhiều bài quá, (bài nào xem ra cũng "trọng lượng", nên tôi không nhất thiết tôi phải đọc hết, có thể tôi kết thúc lúc nào không chừng…

ĐÁ TẢNG VÔ BỜ (trích)
(tôi rất thích cái hay tương đối hiểu ý sâu thẳm của bài thơ này)

ĐÁ TẢNG VÔ BỜ

Đá tảng nằm im lâu năm
Vô bờ ***nhiệm ý*** truy tầm vãng lai
Là rêu *của tiếng thở dài*
Trên cung năm tháng mùa mai đợi chờ
Tay mòn một chút ***lửa hơ***

Biết gì cánh gió xô bờ ***lục vong***

Sáng tôi lên một xứ lòng
Từ phiền muộn đã long đong phố người
Tôi chào người giữa xuân phai
Một thiêm thiếp nhớ giêng hai ngùi ngùi
Mơ sống lại một lần vui
Đá muôn thu dậy tảng đời thiết thao
Tháng ba nào vẫy tay chào
Người trao muộn đóa ngọt ngào phù dung
)(
h o à n g x u â n s ơ n
hxs@9jan24

Những chữ nghiêng tô đậm trong bài thơ trên, *hoàn toàn thành công với người đọc khi thu nhận được cảm xúc đẹp, sang cả. Và sự thấm hiểu* dù đôi chữ mơ mơ hồ hồ. *(cái hay của 1 bài thơ hay chính là "sự ngậm nghe" để thấu cái vị thơm và ngọt của ý nghĩa)*

Cùng với bài:
N H Ắ M

hãy nhắm mắt lại nhìn ra
bóng tối là sáng la ngà lung linh
tôi thấy em nơi tượng hình
mầu trăng diên vỹ câu kinh vào đời
áo vàng nắng của tinh khôi
suối bồng em chải ngọn đồi em qua
nhìn nhau mắt trẻ mắt già
nheo nhắm một chút **sa đà** mênh mông
nhắm mắt lại thấy gì không
thấy mắt và những dòng sông ảo huyền
)(
h o à n g x u â n s ơ n
12 janvier, 24
(Thích ơi cái nghĩa của sự nhắm mắt lại nhìn ra)

Hai người yêu nhau thật sự, hầu như tất cả giác quan đều tinh nhạy. Đến nhắm mắt như người mù mà vẫn thấy, đến như người điếc mà tai vẫn nghe … Đến những tương tác, những giao cảm gì với người mình yêu *thiết tha cả thảy đều rót ngọt vào lòng !!*

Và

áo vàng nắng của tinh khôi

suối bồng *em chải ngọn đồi em qua*

(lãng mạn và ẩn dụ của hai câu thơ đẹp như ba vòng đo mỹ nhận, thật cuốn vào sức tưởng tượng gây thích thú lắm thay!(ơi hai chữ ***suối bồng*** và ***ngọn đồi*** *em qua)*

Tóm lại, để kết thúc cho bài viết này, kết thúc đọc và viết về thơ của Thi sĩ Hoàng Xuân Sơn, tôi chỉ nói ngắn gọn vài môt đoạn ngợi ca :

Hoàng Xuân Sơn là một Thi sĩ của một viên ngọc, (*viên ngọc Lục Bát*) tỏa ra chùm tia sắc màu có lực từ trường với sức cuốn người đọc, người xem như tăng dần độ sóng rung cảm, khó chế ngự!!

HÀ NGUYÊN DU

12h39' Apr 02/24

** "Sáng hóa"là chữ thường riêng dùng của Nhà thơ Nhà Biên Khảo Ngô Nguyên Nghiễm.*

*** "Chế tác" là ngành học mà San Phi đã tốt nghiệp với cấp bằng mang tên ngành Chế tác.*

**** "Chính nhân" là chính nhân quân tử, (theo văn hóa của Khổng Tử.) Trong văn hóa truyền thống Trung Quốc, quân tử là một mẫu hình của đạo đức cao thượng, hội tụ những tinh hoa của phẩm chất: Nhân, Lễ, Nghĩa, Trí, Tín,…*

***** "vạch mây tìm trăng" là một câu thơ trong bài thơ ngẫu hứng của HND: - vạch mây mà chẳng thấy trăng... chỉ thấy chiếc lá in hằng trong TÔI*

XIN TRÂN TRỌNG GIỚI THIỆU

*

HOÀNG XUÂN SƠN & SAN PHI

*

LỤC BÁT NGUYÊN XUÂN

*

MỘT MỐI DUYÊN THI CA
MỘT PHONG CÁCH DIỄN CẢM RẤT MỚI CHO CHỮ NGHĨA

oOo

Dù hai thế hệ khác nhau nhưng hầu như không có khoảng cách chia biệt, khiến không ai có thể nhận ra những thủ thuật điêu luyện qua đẳng cấp nhả chữ rất tinh tế và vô cùng sắc bén của hai tài năng ... Sự tinh tụ của hai phong cách biểu cảm hết sức lôi cuốn qua chất liệu ngôn ngữ cận đại, mà mỗi người "lả lướt" hay phóng bút theo đường nét riêng: "lạ lẫm" "mới mẻ" và "tinh khôi" !!

Qua đời thơ lão luyện của Nhà thơ Hoàng Xuân Sơn, những tinh chữ mang nhụy nghĩa như một vầng trăng 16 luôn thử thách với bao rèm mây lũ lượt bay bay như vũ điệu nghê thường ru êm nhiều cung bậc vừa du dương, réo rắt.!

Và với đời thơ còn rất trẻ của Nhà thơ Nữ San Phi, qua phong độ hào phóng có vốn tích lũy, với phong cách nhả chữ mang tính đột phá tạo bất ngờ cho người đọc. Như ánh ban mai rạng rỡ vào sáng tinh mơ ... phảng phất những gợn sương mỏng đầy thơ mộng, tính long lanh của con chữ vẫn như ánh đèn pha theo gió ngàn reo cảm xúc. Với nghệ thuậ ẩn dụ “đa tầng” rất dễ cuốn lại cũng dễ hiểu ... bởi vốn liếng của hồn chữ.!!

Xin trân trọng đến quý Thi Văn hữu và quý bạn đọc toàn cầu ...Tập thơ: “LỤC BÁT NGUYÊN XUÂN “, của hai Nhà thơ của hai thế nhập dòng văn chương, họ cùng nhau tỏa sáng .!! Thích lắm thay với tên tựa tập thơ ghép tên hai tài năng “Nguyên – Xuân” lại có thêm nghĩa ẩn tuyệt vời..

HÀ NGUYÊN DU

MỤC LỤC

www.ingramcontent.com/pod-product-compliance
Lightning Source LLC
LaVergne TN
LVHW010949051026
849532LV00003B/1191
* 9 7 9 8 3 3 0 3 3 8 5 5 9 *